D1772053

சொன்னதையெல்லாம் திரும்ப எடுத்துக்கொள்கிறேன்

சொன்னதையெல்லாம் திரும்ப எடுத்துக்கொள்கிறேன்

பெருந்தேவி

மொழிபெயர்ப்பாளர்

கவிஞர். எழுத்தாளர். ஆய்வாளர். அமெரிக்காவிலுள்ள ஜார்ஜ் வாஷிங்டன் பல்கலைக்கழகத்தில் தெற்காசிய மதங்கள், பண்பாட்டு மானுடவியல், பெண்ணியம் ஆகிய துறைகளூடே ஆய்வு மேற்கொண்டு முனைவர் பட்டம் பெற்றவர். தற்போது அமெரிக்காவில் சியனா கல்லூரியில் இணைப் பேராசிரியராகப் பணிபுரிகிறார். தமிழிலும் ஆங்கிலத்திலும் தொடர்ந்து எழுதுபவர். இலக்கியத்தைப் பொருத்து கவிதை, மொழிபெயர்ப்பு தவிர புனைகதையிலும் பின் – அமைப்பியல் சார்ந்த பிரதி வாசிப்பிலும் ஈடுபட்டிருப்பவர்.

தொடர்புக்கு: *sperundevi@gmail.com*

நிகனோர் பர்ரா

சொன்னதையெல்லாம் திரும்ப எடுத்துக்கொள்கிறேன்

தமிழில்
பெருந்தேவி

காலச்சுவடு பதிப்பகம்

● அன்பார்ந்த வாசகருக்கு,

வணக்கம்.

காலச்சுவடு நூலை வாங்கியமைக்கு நன்றி.

நூலின் உள்ளடக்கம், உருவாக்கம், அட்டைப்படம் இன்ன பிற அம்சங்கள் பற்றிய உங்கள் கருத்துகளையும் ஆலோசனைகளையும் காலச்சுவடு வரவேற்கிறது. தகவல், எழுத்து, வாக்கியப் பிழைகள் தென்பட்டால் கட்டாயம் தெரிவித்து உதவுங்கள். நூல் தயாரிப்பில் கடும் குறைபாடு இருப்பின் மாற்றுப் பிரதி உங்களுக்குக் கிடைக்கக் காலச்சுவடு ஏற்பாடு செய்யும்.

மின்னஞ்சல்: **publisher@kalachuvadu.com**

காலச்சுவடு நாகர்கோவில் அலுவலகத்திற்குக் கடிதம் அனுப்பலாம்.

தங்கள்
எஸ்.ஆர். சுந்தரம் (கண்ணன்)
பதிப்பாளர் — நிர்வாக இயக்குநர்

Selected Poems of Nicanor Parra

© Nicanor Parra

சொன்னதையெல்லாம் திரும்ப எடுத்துக்கொள்கிறேன் ◆ கவிதைகள் ◆ ஆசிரியர்: நிகனோர் பர்ரா ◆ தமிழில்: பெருந்தேவி ◆ மொழிபெயர்ப்பு © பெருந்தேவி ◆ முதல் பதிப்பு: ஜூலை 2023 ◆ வெளியீடு: காலச்சுவடு பப்ளிகேஷன்ஸ் (பி) லிட்., 669, கே.பி. சாலை, நாகர்கோவில் 629001

connataiyellaam tirumpa eTuttukkoLkiReen ◆ Poems ◆ Author: Nicanor Parra ◆ Translator: Perundevi ◆ Translation © Perundevi ◆ Language: Tamil ◆ First Edition: July 2023 ◆ Size: Demy 1 x 8 ◆ Paper: 18.6 kg maplitho ◆ Pages: 88

Published by Kalachuvadu Publications Pvt. Ltd., 669 K.P. Road, Nagercoil 629001, India ◆ Phone: 91-4652-278525 ◆ e-mail: publications @kalachuvadu.com ◆ Printed at Mani Offset, Chennai 600077

ISBN: 978-81-19034-39-0

07/2023/S.No. 1210, kcp 4529, 18.6 (1) 9ss

பொருளடக்கம்

நிகனோர் பர்ரா: சொன்னதையெல்லாம் திரும்ப எடுத்துக்கொண்டவன்	9
பர்ராவை மொழிபெயர்த்தல்	15
நோபெல் பரிசு	17
கிழவனுக்கு உடற்பயிற்சி செய்வதால் கிடைக்கும் லாபம் என்ன?	18
எனக்கு அமைதி வழியில் நம்பிக்கையில்லை	19
ரோலர் கோஸ்டர்	20
இப்போது நேரமென்ன?	21
ரம்மியமான இந்தக் காதலர்கள்	22
அங்கே இருந்திருக்கிறேன் அதைச் செய்திருக்கிறேன்	23
அவன் கற்பனை செய்த மனிதன்	24
ஒருவன்	25
சொன்னதையெல்லாம் திரும்ப எடுத்துக்கொள்கிறேன்	27
முன்மொழிதல்கள்	28
தேர்வு	29
சுவர்ப் புள்ளிகள்	31
யாருமில்லை	32
போப்பின் கவிதைகள்	34
எச்சரிக்கைகள்	36
சிலுவை	37
கொள்கை விளக்க அறிக்கை	38
இளம் கவிஞர்களுக்கு	42
கருவேலம்	43
பணவீக்கம்	44
சூழல் நலிவடைகிறது	45
சடங்குகள்	46
மம்மிகள்	47

வருகிறேன் பார்ப்போம்	48
சொற்றொடர்கள்	49
மோசமான முன்வரலாறு உள்ள குடிமகன்	50
நல்லது அப்புறம்	51
தேசபக்திக் கடமையை நான் நிறைவேற்றுகிறேன்	52
தற்காலம்	53
எதிர்கவிதை பாடங்கள் பற்றிய குறிப்பு	54
ஒலி வேகத்தினும் வேகமான சாவு	55
சுருங்கச் சொன்னால்	56
பண்டமாற்றம்	57
பிரம்மாண்டமான தவறுகள்	58
இருப்பதா இல்லாமலிருப்பதா	59
பிழைசெய்யாத புறாக்களிடமிருந்து	60
என் படுக்கைக்குக் கீழே	61
எனவே என்னிடம் வன்மம் இல்லையென்பதை இப்போது நீ காணலாம்	62
ஹோலோகாஸ்ட்	63
அன்பு மாணவர்களே	64
பலகைகள்	65
கடைசியாகக் கோப்பையை உயர்த்துகிறேன்	67
உதவி!	68
சல்லாபப் பேச்சு	69
மோனா லிஸா	70
முதல் காண்டம்	71
கொலம்பஸுக்கு முந்தைய கலைப்பொருள்	72
இது இடுகாடாகத்தான் இருக்க வேண்டும்	73
சீலே 2000	74
இராக்கில் போர்	75
ஏழு	76
அவன் பரிசுத்தமானவன் என்றே வைத்துக்கொள்வோம்	77

பின்னுரை:
நிகனோர் பர்ராவின் (எதிர்)கவிதைகளும்
    இன்னும் கொஞ்சமும்   79

நிகனோர் பர்ரா:
சொன்னதையெல்லாம் திரும்ப எடுத்துக்கொண்டவன்

நரகத்துக்குச் செல்ல விதிக்கப்பட்டவனைப் போல
பர்ரா சிரிக்கிறான்
ஆனால் எப்போதுதான் கவிஞர்கள் சிரிக்கவில்லை?
அவன் சிரிக்கிறேன் என்று அறிவிக்கவாவது
செய்கிறான்

("அதைப் போல ஏதோவொன்று")

உலகத்தில் தலைசிறந்த தற்காலக் கவிஞர்களில் ஒருவரும் எதிர்கவிதையின் தலையும் முண்டமுமாக விளங்கியவருமான நிகனோர் பர்ராவின் இறப்பிலிருந்து தொடங்கலாம். கவிஞர்களின் கவிஞராக வாழ்வாங்கு வாழ்ந்த 2018, ஜனவரி 23 அன்று சீலே நாட்டில் சாந்தியகோவில் மறைந்தார். நூற்று மூன்று ஆண்டுகள் வாழ்வாங்கு வாழ்ந்து தன் படைப்புகளால் நவீன கலைக்கு வளம் சேர்த்தவர் பர்ரா. சீலேயின் தெற்குப் பகுதியில் சான் ஃபேபியன் நகரில் 1914ஆம் ஆண்டு பிறந்தவர். பள்ளிக் கல்விக்குப் பிறகு சீலே பல்கலைக்கழகத்தில் கணிதமும் இயற்பியலும் பயின்ற பின், அமெரிக்காவில் 1943லிருந்து 1945 வரை பிரவுன் பல்கலைக்கழகத்தில் *Advanced Mechanics* பயின்றார். பின்னர் இங்கிலாந்தில் ஆக்ஸ்ஃபோர்ட் பல்கலைக்கழகத்தில் *Cosmology* துறையில் இன்னும் இரு வருடங்கள் கல்வி பயில அவருக்கு வாய்ப்புக் கிடைத்தது. கணித

ஆசிரியராகவும் இயற்பியல் துறையில் பேராசிரியராகவும் பணியாற்றியவர் பர்ரா. "உயிர்வாழ வருமானத்துக்கு இயற்பியல், உயிர்வாழ்வதற்காகக் கவிதை" என்று தன் நேர்காணல் (1968) ஒன்றில் கூறுகிறார் பர்ரா. மற்றொன்றில் (1966) வேலை என்பது படைப்பாளியின் நடைமுறைத் தேவை என்றும் முழுநேரக் கவிஞர்களுக்கு (சீலேபோல) வளர்ந்துவரும் நாடுகளின் சமூகத்தில் இடமில்லை என்றும் கூறுகிறார். அதே நேர்காணலில் அறிவியல் பயிற்சி தன் கவிதைகளில் படிம உருவாக்கத்துக்கு உதவுவதையும் சொல்லிச் செல்கிறார். கிளாசிகல் மெகானிக்ஸின் அடிப்படைகளைக் கற்ற மாணவராக, கண் முன்னால் ஒரு சாலையை நன்றாகக் காணும்போதுதான் தான் ஓரடி எடுத்துவைக்கப் பழக்கப்பட்டிருப்பதாக அவர் சொல்வதை அறிவியல் கற்றுத் தந்த கூரிய கவனத்துடன் கவிதையை அவர் அணுகுவதாகப் பொருள்கொள்ள முடியும்.

இரண்டு திருமணங்கள், திருமணம் தாண்டிய சில உறவுகள், ஆறு குழந்தைகள், பேரக் குழந்தைகள் முதலியோரைத் தனது நெடுவாழ்வில் பர்ரா கண்டிருக்கிறார். அவருடைய இளம் வயதுக் காதலிகள் குறித்து எழுந்த விமர்சனங்களுக்கான பகடி கலந்த கூர்மையான பதிலை அவருடைய கவிதை ஒன்று தருகிறது. அவருடைய கவிதைகளுக்கே உரித்த வகையில் 'ஒழுக்கமற்று' அது தொனிக்கிறது:

> ஆனால், நிகனோர், அந்தப் பெண்ணுக்கு வயது பதினொன்று
>
> ஆமாம், பார்க்கும்போது பன்னிரண்டு வயதானவளாகத் தெரிவதை நீ ஒத்துக்கொள்ள வேண்டும்.

பர்ரா விசித்திரமான சில குணாம்சங்கள் கொண்டவர். ஏற்கெனவே பிறர் பயன்படுத்திய ஆடைகளை வாங்கும் பழக்கம் அதில் ஒன்று.

கலை ஈடுபாடு கொண்ட எளிய குடும்பத்தில் எட்டுக் குழந்தைகளில் மூத்தவராகப் பிறந்தவர் பர்ரா. அவரது தந்தை இசைக் கலைஞர், ஆசிரியர். தாய்க்கும் நாட்டின் மரபார்ந்த இசையில் ஈடுபாடிருந்தது. பர்ராவின் சகோதரி வயலட்டோ பர்ரா புகழ்பெற்ற நாட்டுப்புறப் பாடகர். பர்ரா பதினோரு வயதுச் சிறுவனாக இருந்தபோதே ஸ்பானியர்கள், சீலேயினர், அரகானா இந்தியர்களின் வரலாறுகளை மீட்டெடுக்கும் காவியத் தொகுதிகள் மூன்றை எழுதத் திட்டமிட்டு அதில் ஈடுபட்டார் எனத் தெரிவிக்கிறார் எடித் கிராஸ்மேன். அத்தகைய இமாலயச் சாதனையை அவரால் பால்யத்தில்

செய்து முடிக்க முடியவில்லை என்றாலும் வேறு பல கவிதை முயற்சிகளில் அப்போதே ஈடுபட்டிருந்தார். அவரது முதல் கவிதைத் தொகுப்பான *Cancionero sin Nombre* (*தலைப்பில்லாத பாடல் புத்தகம்*) 1937இல் வெளிவந்தது. (இந்தத் தொகுப்பு விடலைத்தனமானது என்று பர்ராவே பின்னாளில் மறுதலித்தார்.) அதற்குப் பிறகு பல ஆண்டுகளுக்குப் பின் 1954இல் அவருடைய *கவிதைகளும் எதிர்கவிதைகளும்* (*Poemas y Antipoemas*) தொகுப்பு வெளியானபோது அது லத்தீன் அமெரிக்க இலக்கிய உலகத்தையே புரட்டிப்போட்டது. அந்தத் தொகுப்புக்குப் பிறகு, 1962இல் பாப்லோ நெரூதாவுடன் இணைந்து அவர் எழுதிய *சொல்லாடல்கள்* வெளிவந்தது. அதே வருடம் பர்ரா எழுதி வெளிவந்த வரவேற்பறைக் கவிதைகள் தொகுப்பு கடும் விமர்சனத்தைச் சந்தித்தது. பாதிரியார் சால்வதியரா அத்தொகுப்பைக் கடிந்து முன்வைத்த கருத்துகள் ஓர் உதாரணம். “பெண்கள், மதம், நற்குணம், அழகு ஆகிய எல்லாவற்றைக் குறித்தும் இப்புத்தகத்தில் கடும் வெறுப்பு காட்டப்படுகிறது. ஒழுக்கக்கேடான புத்தகமா இது என்று என்னைக் கேட்கிறார்கள். இல்லை, அழுக்கு எவ்வாறு ஒழுக்கக்கேடாக இருக்க முடியும்?” என்று சாடினார் சால்வதியரா. பின்னாளில் பர்ராவின் கவிதை ஒன்று சால்வதியராவின் விமர்சனத்தை நினைவுகூர்ந்து எதிர்கொள்கிறது (பார்க்க: இத்தொகுப்பில் இடம்பெற்றிருக்கும் “தேர்வு”).

அடுத்ததாக வெளிவந்த ரஷியக் கவிதைகள் (1963) அவர் சோவியத் யூனியனுக்குச் சென்றிருந்த சமயத்தில் எழுதப்பட்ட கவிதைகளின் தொகுப்பு. பர்ரா 1967இலிருந்து பரிசோதனை முயற்சியாக, அவர் மொழியில் சொன்னால் *Artefactos* (ஆங்கிலத்தில் *Artifacts*) எனப்படும் நூற்றுக்கணக்கான குறு எதிர்கவிதைகளை உருவாக்கினார். அவற்றில் பல இதழ்களில் வெளியாயின. அவற்றை ஓவியங்களுடனான அஞ்சலட்டைகளாகத் தொகுத்து 1972இல் கியர்மோ தெய்டா வெளியிட்டார். தீவிரமான சொற்சிக்கனம் அமைந்த இக்கவிதைகளும் அவற்றின் வடிவம் பற்றியே கடும் சர்ச்சைக்கு உள்ளாயின. “எதிர்கவிதை வெடித்து உருவான வடிவங்கள் இவை” என்றும் “அதிக ஆற்றலும் வேகமும் கொண்ட *elemental particles* போன்றவை இவை” என்றும் தெரிவிக்கிறார் பர்ரா.

ஸ்பானிய மொழியிலும் ஆங்கிலத்திலும் இருமொழித் தொகுப்புகளாக வெளிவந்த *கவிதைகளும் எதிர்கவிதைகளும்* (1967), *நெருக்கடி நிலை கவிதைகள்* (1972), அவற்றுக்குப் பின் வெளிவந்த *எல்கீ கிறித்துவின் பிரசங்கங்களும் உபதேசங்களும்*

(1977), காவலர்களைக் குழப்பும் நகைச்சுவைத் துணுக்குகள் (1983), இரவுணவுக்குப் பின்னான அறிவித்தல்கள் (2006) முதலிய தொகுப்புகள் தேர்ந்த கவிதை வாசகர்களை பர்ராவை நோக்கி ஈர்த்தன. *எல்கீ கிறித்துவின் பிரசங்கங்களும் உபதேசங்களும்* தொகுப்பு சீலேயில் அகுஸ்தோ பினோசெட்டின் ராணுவ சர்வாதிகார ஆட்சியை எதிர்க்கும் வகையில், விமர்சிக்கும் வகையில் எழுதப்பட்ட பர்ராவின் முதல் நூல். கவிதைகளைத் தவிரவும் பர்ரா ஷேக்ஸ்பியரின் கிங் லியரை ஸ்பானிய மொழியில் *(Lear Rey & Mendigo*, தமிழில் கிங் லியரும் பிச்சைக்காரனும், 1992) மொழியாக்கம் செய்திருக்கிறார். ஷேக்ஸ்பியரை மொழிபெயர்ப்பதில் இருக்கும் சிரமத்தைத் தனக்கே உரிய நகைச்சுவையுடன் பதிவுசெய்திருக்கிறார்: "ஷேக்ஸ்பியரை மொழிபெயர்க்கும்போதும் மீன் சாப்பிடும்போதும் கவனமாக இருங்கள்: ஆங்கிலம் தெரிந்திருப்பதால் ஒரு பயனுமில்லை." அந்த மொழியாக்கத்தில் சீலேயில் புழங்கும் வெகுஜன வழக்காறுகளையும் பேச்சுமொழியையும் பயன்படுத்தியிருக்கிறார் என அறிகிறோம்.

பர்ரா நோபல் பரிசுக்கு நான்கு முறை பரிந்துரைக்கப்பட்டிருக்கிறார். ஸ்பானிய மொழி இலக்கியத்துக்கான உயர்விருதான செர்வான்டிஸ் விருது அவருக்கு 2011இல் அளிக்கப்பட்டிருக்கிறது. இலக்கியத்துக்காக சீலேயின் தேசியப் பரிசு 1969இல் அவருக்கு அளிக்கப்பட்டது. விருதுக்கான பட்டயம், கௌரவம் ஆகியவற்றைப் புறக்கணித்துவிட்டுக் காசோலையை மட்டும் வாங்கிக்கொண்டிருக்கிறார். குறைந்த தொகை என்பதால் அது பரிசு அல்ல, *tip*தான் என்று வாதிட்டிருக்கிறார். அதைவிட முக்கியம் அந்த விருது வழங்கப்பட்டபோது அவர் அளித்த எதிர்வினை: அரசாங்கம் நடப்புப் பிரச்சினைகள் எதையும் சரிசெய்யாமல் தன்னுடைய குற்ற உணர்ச்சியைச் சரிசெய்து கொள்ளும் வகையில் எழுத்தாளருக்கு விருது அளிக்கிறது என்று அவர் தெரிவித்தார். தற்காலச் சூழலில் எந்த நாட்டு, உள்நாட்டு அரசாங்கங்களின் விருது பாராட்டல்களுக்கும் பொருந்துவது இப்பார்வை.

ஷேக்ஸ்பியரையும் தாந்தேயையும் சாஸரையும் விட்மனையும் காஃப்காவையும் விரும்பி வாசித்தவர் பர்ரா. இளைய எழுத்தாளர்கள் ரொபர்த்தோ பொலன்யோ, என்ரிகே லின் முதலியவர்களின் புனைவெழுத்திலும் கவிதையிலும் தாக்கம் செலுத்தியவர். அமெரிக்கக் கவிஞர் ஆலன் கின்ஸ்பெர்க்கின் நண்பர். 1960களில் ஹிப்பிகளின் இயக்கத்துடன் அனுசரணை பாராட்டியவர். குறிப்பாக அவர்கள் முன்னெடுத்த

புவிசார் கரிசனைகள் அவரைக் கவர்ந்தன. இந்தப் பூமியை ஒரு பெரிய குப்பைக் கிடங்காக மாற்றிக்கொண்டிருக்கிறோம், அதன் வாழ்நாள் முடிவுபெறக்கூடிய ஒன்று என்ற விழிப்புணர்வை ஈடுபடுத்துவதில் ஆர்வமாகப் பங்கேற்றிருக்கிறார். அணு ஆயுதப் பேரழிவு குறித்த அச்சம் அவருக்கு இருந்திருக்கிறது. சூழல் மாசடைந்துவிட்டதை அவரது பல கவிதைகள் பேசுகின்றன.

பர்ராவின் *சூழலியல் கவிதைகள்* (1982) என்ற தொகுப்பில் புவிநலத்தைக் கோஷங்களில்லாமல் கவனப்படுத்தும் எதிர்கவிதைகளைக் காண்கிறோம். தனிநபர் என்ற அடையாளத்தைக் களைந்து, பரந்த சூழலியல் கரிசனையுள்ள சமூகத்தில் ஓர் அங்கத்தினராக இருக்க வேண்டும் என்று தனது ஆசையை ஒரு நேர்காணலில் தெரிவித்திருக்கிறார் (1989). அதே நேரத்தில், சூழலியல் அக்கறை என்பது மறுக்க முடியாத சமயக் கொள்கையாக, பிடிவாதமாக மாறிவிடக்கூடிய அபாயத்தையும் அவர் உணர்ந்திருந்தது அந்த நேர்காணலில் தெரிகிறது. இயற்கைக்கான தடுப்பாட்டத்தை ஆடும் எதிர்கவிஞர், மறுக்க முடியாத கொள்கையாக அதைக் கருதிப் புதிய வலைக்குள் சிக்கிவிடக் கூடாதென்பதை அவர் கவனத்துடன் முன்வைக்கிறார். சூழலியல் அக்கறையை முன்வைக்கும் கவிதைகள் அதற்கு எதிராகவும் அமைவது அவ்விதத்தில்தான் என்று சொல்லும் பர்ரா தன் கவிதையிலிருந்தே எடுத்துக்காட்டுகிறார்: "இத்தனை ஆர்ப்பாட்டத்துக்கு என்ன தேவையென்று எனக்குப் புரியவில்லை. உலகம் தனது இறுதித் தறுவாயில் இருப்பது நம் எல்லோருக்குமே தெரியும்."

எதிர்கவிதை பற்றி பர்ரா கொண்டிருந்த புரிதலின் அடிப்படையிலேயே இத்தகைய பார்வை கிளைக்கிறது. எதிர்கவிதை எல்லா விதமான கொள்கைப் பிடிவாதங்களுக்கும் எதிரானது என்பது அவரது புரிதல். "ஒரே சமயத்தில் ஏற்புகளும் மறுப்புகளும்" முரணுடன் கலந்திருப்பதே எதிர்கவிஞரின் பாதை என்பது அவருக்கிருந்த தெளிவு. இந்தப் பாதைக்கு ஒரு தத்துவப் பின்புலம் உண்டு. பர்ராவே இது குறித்து பகிர்ந்துகொண்டிருக்கிறபடி (1989) சீனத்தின் தரிசனமான தாவோவின் வழி அது. தாவோ தே ஜிங் (*Tao Te Ching*) புலன்களை அறிதலுக்கும் உள்முகத் தேடலுக்கும் அடிப்படையானது என்றும் தாவோவின் தத்துவமின்றித் தன்னைக் கற்பனைசெய்துகூடப் பார்க்க முடியாது என்கிறார் பர்ரா (1989)

"எதிர்கவிதை அடிப்படையில் தாவோவின் பாதையிலான கவிதை" என்று பர்ரா சொல்வதைக் கேட்கும்போது, எதிர்கவிதையைத் தொடர்ந்து கற்றுக்கொண்டிருக்கும் ஒரு

கவிஞராக அந்தப் பாதையில் சொற்களைத் தவறவிட்டபடியும் பொறுக்கியெடுத்தபடியும் என்னைத் தொலைத்தபடியும் கண்டெடுத்தபடியும் புதிதாக்கிக்கொள்ளவும் புதையவும் எண்ணிக்கொள்கிறேன், இப்பொழுதில்.

உதவிய நேர்காணல்கள்/கட்டுரைகள்/நூல்கள்

Grossman, Edith. *The Antipoetry of Nicanor Parra*. New York: New York University Press, 1975.

Parra, Nicanor, and Marie-Lise Gazarian Gautier. "Nicanor Parra." *Interviews with Latin American Writers*. Elmwood Park, IL: Dalkey Archive Press, 1989, pp.173-97.

Parra, Nicanor, and Miller Williams. "A Talk with Nicanor Parra." *Shenandoah*, vol. 18, no. 1, Autumn 1966, pp. 71-78.

Zambra, Alejandro. "Remembering Nicanor Parra, the Almost Immortal Chilean Poet." *The New Yorker*, 2 Feb. 2018.

Zurita, Raúl. "Nicanor Parra: The Worst Is Behind." Translated by Anna Deeny. BOMB Magazine, no. 106, Winter 2009, pp. 28-35.

பர்ராவை மொழிபெயர்த்தல்

நிகனோர் பர்ராவின் கவிதைகள் அவர் வாழ்ந்த உள்ளூர், உள்நாட்டு, வெளிநாட்டுச் சூழல் களுக்கேற்ப, அரசியல் இலக்கியப் போக்குகள், வழக்காறுகள், விளம்பர வாசகங்கள், சொலவடை கள் முதலியவற்றுக்கு முகம் கொடுப்பவை. மட்டுமல்லாமல் குடும்ப உறுப்பினர்கள், நண்பர்கள், விமர்சகர்கள், சக எழுத்தாளர்கள் போன்றவர்களைக் குறிப்பிட்டும் சுட்டியும் நகர்பவை. இதனாலேயே அவரை மொழியாக்கம் செய்வது கடினம். என்றாலும் இயன்ற அளவுக்கு முயன்றிருக்கிறேன். சில கவிதைகளுக்கு அடிக் குறிப்புகள் தந்திருக்கிறேன். பர்ராவின் கவிதைகளை ஏழாண்டுகளுக்கு முன்பு (2016) மொழியாக்கம் செய்யத் தொடங்கினேன். தொடங்கிய மூன்று ஆண்டுகளில் நாற்பதுக்கும் மேலான கவிதைகளை மொழிபெயர்த்திருந்தாலும் காப்புரிமை அனுமதி வாங்குவது பற்றிய சரியான தெளிவில்லை. நண்பர் (காலச்சுவடு) கண்ணன் பெருமுயற்சிக்குப் பின்னர் அனுமதியைப் பெற்றுத் தந்தார்.

நண்பர் ரவீந்திரன் ஸ்ரீராமச்சந்திரன் (ரவி) வாயிலாகத்தான் முதலில் பர்ராவை ஒரு தொகுப்பாக வாசிக்கக் கிடைத்தது. நண்பர்கள் கண்ணனுக்கும் ரவிக்கும் பிரியத்துடன் இம்மொழியாக்கத்தைச் சமர்ப்பிக்கிறேன்.

இந்த மொழியாக்கத் தொகுப்பில் உள்ள கவிதைகள் இடம்பெற்றிருக்கும் தொகுப்புகள்: *Emergency Poems*, translated by Miller Williams, New York: New Directions, 1972; *Nicanor Parra: Antipoems; New and Selected*, edited by David Unger, translated by Lawrence Ferlinghetti et al., New York: New Directions, 1985; *Antipoems: How to Look Better & Feel Great*, translated by Liz Werner, New York: New Directions, 2004.

இத்தொகுப்பில் சில கவிதைகளைச் செம்மையாக்க உதவியவர்கள் பேயோன், அரவிந்தன், ஹரி ராஜலெட்சுமி, என். சத்திய மூர்த்தி ஆகியோர். என் சிநேகிதி டியான் சாந்தியான் சில கவிதைப் பகுதிகளை ஸ்பானிஷ் மொழிப் பகுதிகளுடன் ஒப்பிட்டுச் சரிபார்த்துத் தந்தார். இம்மொழியாக்கத்தின்போது உறுதுணையாக இருந்தவர்கள் வேம்பு, உமா ஸ்ரீதர், ஸ்வர்ணலதா (ஆல்பனி). அட்டையை அழகாக வடிவமைத்திருப்பவர் அகன் குழந்தையப்பன். நண்பர்களுக்கு என் மனமார்ந்த அன்பும் நன்றியும்.

இந்நூலைச் செம்மையாக உருவாக்கியிருக்கும் காலச்சுவடு பதிப்பகத்தாருக்கும் மெய்ப்பு பார்க்க உதவிய நண்பர் கிருஷ்ண பிரபுவுக்கும் என் நன்றி.

சென்னை   பெருந்தேவி
ஜூலை 10, 2023

நோபெல் பரிசு

வாசிப்புக்கான நோபெல் பரிசு
எனக்கு அளிக்கப்பட வேண்டும்
நான் ஒரு ஆதரிச வாசகன்
கையில் கிடைக்கும் எல்லாவற்றையும்
வாசித்துவிடுகிறேன்

தெருப்பெயர்களை
நியான் சமிக்ஞைகளை
குளியலறைச் சுவர்களை
புதிய விலைப் பட்டியல்களை

காவல்துறைச் செய்திகளை
குதிரை ரேஸ் கணிப்புகளை

வாகன எண்களின் பலகைகளை

என்னைப் பொறுத்தவரை
வார்த்தை என்பது புனிதமான ஒன்று

நடுவர் குழு உறுப்பினர்களே!
பொய் சொல்லி எனக்கென்ன
கிடைத்துவிடப்போகிறது
மனம் தளராமலிருக்கிறேன்

நான் எல்லாவற்றையும் வாசிக்கிறேன்
விளம்பரங்களைக்கூட விட்டுவைப்பதில்லை

ஆனால் இந்த நாட்களில் நான் அதிகம் வாசிப்பதில்லை
எனக்கு அத்தனை நேரமில்லை
ஆனால்
அடேயப்பா! எவ்வளவு வாசித்திருக்கிறேன்
அதனால்தான் வாசிப்புக்கான
நோபெல் பரிசை எனக்குத் தர வேண்டும்
என்று உங்களைக் கேட்கிறேன்
கூடாத விரைவில்

கிழவனுக்கு உடற்பயிற்சி செய்வதால் கிடைக்கும் லாபம் என்ன?

கிழவனுக்குத் தொலைபேசியில் பேசுவதால் என்ன
கிடைக்கப்போகிறது?
புகழுக்குப் பின்னால் ஓடுவதால் அவனுக்கு என்ன லாபம்?
கண்ணாடியில் பார்த்துக்கொள்வதால் கிழவனுக்கு என்ன
லாபம்?

ஒன்றுமில்லை
ஒவ்வொரு முறையும் மண்ணுக்குள் இன்னும் ஆழத்தில்
அவன் புதைகிறான்

விடிகாலை மூன்று மணியோ நான்கு மணியோ இப்போது
அவன் ஏன் தூங்க முயலக் கூடாது
ஆனால் மாட்டான்
உடற்பயிற்சி செய்வதை நிறுத்த மாட்டான்
தொலைதூர அழைப்புகளை
பாஹ், பீத்தோவன், சைக்காவ்ஸ்கியை ரசிப்பதை
கண்ணாடியில் தன்னைத் தானே பார்த்து லயிப்பதை
விடாப்பிடியாகத் தொடர்ந்து மூச்சுவிடுவதை

பாவம், விளக்கையாவது அவன் அணைத்திருக்கலாம்

முட்டாள் கிழவன் என்கிறாள் அவனிடம் அவன் அம்மா
நீயும் உன் அப்பாவும் ஒரே அச்சில் வார்த்தமாதிரி
அவனுக்கும் சாகப் பிடிக்கவில்லை
கடவுள் உனக்கு கார் ஓட்ட சக்தி தரட்டும்
கடவுள் உனக்குத் தொலைபேசியில் பேச சக்தி தரட்டும்
கடவுள் உனக்கு மூச்சுவிட சக்தி தரட்டும்
கடவுள் உனக்கு உன் அம்மாவைப் புதைக்க சக்தி தரட்டும்

நீ தூங்கிவிட்டாய், முட்டாள் கிழமே!
ஆனால் பாவம் வயதானவனுக்கோ தூங்கும் எண்ணமில்லை
தூங்குவதையும் அழுவதையும் யாரும் குழப்பிக்கொள்ளக்
கூடாது

நிகனோர் பர்ரா

எனக்கு அமைதி வழியில் நம்பிக்கையில்லை

எனக்கு வன்முறை வழியில் நம்பிக்கையில்லை
எனக்கு எதிலாவது நம்பிக்கை வைக்க
ஆசையிருக்கிறது
ஆனால் இல்லை
எதிலாவது நம்பிக்கை வைப்பது என்பது
கடவுளிடம் நம்பிக்கை வைப்பது
எனக்கு முடிந்ததெல்லாம்
அசட்டை செய்வதுதான்
வெளிப்படையாகச் சொல்வதற்காக மன்னித்துவிடுங்கள்
பால்வீதியில்கூட எனக்கு நம்பிக்கையில்லை

சொன்னதையெல்லாம் திரும்ப எடுத்துக்கொள்கிறேன்

ரோலர் கோஸ்டர்

அரை நூற்றாண்டாக
சீரியஸ் முட்டாள்களின் சொர்க்கமாக
கவிதை இருந்தது
நான் வந்து
என் ரோலர் கோஸ்டரைக் கட்டும்வரை

விரும்பினால் மேலே செல்லுங்கள்
வாயிலிருந்தும் மூக்கிலிருந்தும்
ரத்தம் கொட்டிக்கொண்டு
கீழே வந்தீர்கள் என்றால் அது என் தவறல்ல

இப்போது நேரமென்ன?

கடுமையாக நோய்வாய்ப்பட்டிருப்பவன்
சில நொடிகள் விழித்து –
மரணப் படுக்கையைச் சுற்றி நடந்த மந்திர ஜாலத்தால்
சுதாரித்துக்கொண்டதுபோல –
இப்போது நேரமென்ன என்று
உறவினர்களிடம்
அவர்கள் மயிர்க்கூச்செரியக் கேட்கும்போது

என்னமோ தப்பாக இருக்கிறதென அர்த்தம்
என்னமோ தப்பாக இருக்கிறதென அர்த்தம்
என்னமோ தப்பாக இருக்கிறதென அர்த்தம்

ரம்மியமான இந்தக் காதலர்கள்

இரண்டு எறும்புகளைப் போல
ஒரே முகத்தில் இரண்டு கண்களைப் போல
ஒரே மூக்கில் இரண்டு ஓட்டைகளைப் போல

இந்தத் தாயோழிக் காதலர்கள்
அவர்கள் அலைபாய்வதில்
கடலைப் போல

இரண்டு சூரியப் புள்ளிகளாக
சூரியனைப் போல

அங்கே இருந்திருக்கிறேன் அதைச் செய்திருக்கிறேன்

சம்பளத்துக்காக ஒரு பிணமாக நான் இருந்திருக்கிறேன்
ஒரு முறை அவர்கள் என்னைத் தரையை மோதச்
சொன்னார்கள்

நானும்
யாராக இருக்கிறேனோ அந்த நான்
கீழ்ப்படிந்தேன்
சில செய்தித்தாள்களால் அவர்கள் என்னை மூடினார்கள்
தங்கள் படத்துக்கான காட்சியைப் படம்பிடிக்கும்
வேலையைத் தொடர்ந்தார்கள்
இன்னொரு முறை
சான் அந்தோனியாவில் வேசிகள் இல்லத்தில்
ஒரு முதிய பெண்ணின்
முலைகளைச் சப்ப
சாவு பயத்தைக் காட்டி
என்னை வற்புறுத்தினார்கள்
இன்னும் வேறென்ன
நான் சொல்ல வேண்டுமென
ஆசைப்படுகிறீர்கள்?

சொன்னதையெல்லாம் திரும்ப எடுத்துக்கொள்கிறேன்

அவன் கற்பனை செய்த மனிதன்

அவன் கற்பனை செய்த மனிதன்
அவன் கற்பனை செய்த நதியின் கரையில்
அவன் கற்பனை செய்த மரங்களின் மத்தியில்
அவன் கற்பனை செய்த மாளிகையில்

அவன் கற்பனை செய்த சுவர்களில்
கற்பனை செய்த பழைய ஓவியங்களில்
கற்பனை செய்த சரிசெய்ய முடியாத விரிசல்களில்
கற்பனை செய்த உலகங்களின் நிழற்படங்களில்
கற்பனை செய்த இடங்களில் காலங்களில்

அவன் கற்பனை செய்த மதியங்களில் –
ஒவ்வொரு மதியத்திலும் –
அவன் கற்பனை செய்த படிக்கட்டுகளில் ஏறுகிறான்
கற்பனை செய்த பால்கனிக்குச் செல்கிறான்
கற்பனை செய்த நிலப்பரப்பை
பள்ளத்தாக்கைக் காண்கிறான்
கற்பனை செய்த குன்றுகளால் சூழப்படுகிறான்

அவன் கற்பனை செய்த பேய்கள்
அவன் கற்பனை செய்த சாலையில் இறங்கி
அவன் கற்பனை செய்த அஸ்தமிக்கின்ற சூரியனுக்கு
அவன் கற்பனை செய்த பாடல்களைப் பாடுகின்றன
இரவுகளிலோ
அவன் கற்பனை செய்த நிலா இருக்கும்போது
அவன் கற்பனை செய்த அன்பைத் தந்த
அவன் கற்பனை செய்த பெண்ணைக் கனவு காணும்போது
அவன் கற்பனை செய்த அதே இன்பத்தை
அதே பழைய வேதனையை உணர்கையில்
அவன் கற்பனை செய்த மனிதனின் இதயத்தைப் போலவே
அவன் இதயமும் மீண்டும் துடிக்கத் தொடங்குகிறது

நிகனோர் பர்ரா

ஒருவன்

ஒருவனது அம்மா
மரணப் படுக்கையில் கிடக்கிறாள்
அவன் மருத்துவரைப் பார்க்கச் செல்கிறான்
அழுகிறான்
போகும் வழியில் தன் மனைவியை
மற்றொருவனுடன் பார்க்கிறான்
அவர்களுடைய கைகள் பற்றிக்கொண்டிருக்கின்றன
சற்றுத் தொலைவிலிருந்து
மரத்திலிருந்து மரத்துக்கு
அவர்களைப் பின்தொடர்கிறான்
அழுகிறான்
தன் இளம்பருவத் தோழன் ஒருவனைப் பார்க்கிறான்
பல வருடங்களாக நாம் பார்த்துக்கொள்ளவில்லை!
மதுபான விடுதிக்குச் செல்கிறார்கள்
உரையாடுகிறார்கள், சிரிக்கிறார்கள்
மனிதன் கொல்லைத் தாழ்வாரத்துக்கு
ஒன்றுக்கிருக்கப் போகிறான் ஒரு
இளம்பெண்ணைப் பார்க்கிறான்
அது இரவு நேரம்
அவள் பாத்திரம் கழுவிக்கொண்டிருக்கிறாள்
அவளிடம் செல்கிறான்
இடுப்பைப் பிடித்து இழுக்கிறான்
இருவரும் சுழன்று நடனமாடுகிறார்கள்
இருவரும் ஒன்றாக அந்த இடத்தை விட்டுச் செல்கிறார்கள்
சிரிக்கிறார்கள்
ஒரு விபத்து
அந்தப் பெண் நினைவிழக்கிறாள்
அவன் தொலைபேசியைத் தேடுகிறான்
அழுகிறான்

விளக்கு எரிகின்ற ஒரு வீட்டுக்கு வருகிறான்
தொலைபேசியைக் கடன் கேட்கிறான்
யாரோ அவனை அடையாளம் கண்டுகொள்கிறார்கள்
இரவுச் சாப்பாட்டுக்கு இரேன்
இல்லை தொலைபேசி எங்கே
சாப்பிடு
அப்புறம் போகலாம்
அவன் சாப்பிட உட்கார்கிறான்
பைத்தியம்போலக் குடிக்கிறான்
சிரிக்கிறான்
அவர்கள் அவனிடம் கவிதை சொல்லச் சொல்கிறார்கள்
சொல்கிறான்
ஒரு மேஜைக்கடியில் தூங்கிவிடுகிறான்

சொன்னதையெல்லாம் திரும்ப எடுத்துக்கொள்கிறேன்

போவதற்கு முன்
என்னுடைய கடைசி ஆசை நிறைவேற வேண்டியிருக்கிறது
பெருந்தன்மை கொண்ட வாசகரே
இந்தப் புத்தகத்தை எரித்துவிடுங்கள்
நான் சொல்ல விரும்பியதெல்லாம் இது அல்ல
ரத்தத்தில் எழுதப்பட்டிருந்தாலுமே
நான் சொல்ல விரும்பியதல்ல இது

என்னைவிட வருந்துபவர் எவருமில்லை
என் நிழலால் நான் தோற்கடிக்கப்பட்டேன்
என் வார்த்தைகளே என்னைப் பழிவாங்கிவிட்டன

மன்னித்துவிடுங்கள் என் வாசகரே, நல்ல வாசகரே
இதமாக அணைத்துப் பிரிந்துசெல்ல முடியாதபோது
வலிந்து செய்த சோகப் புன்னகையுடன்
உங்களை விட்டுச் செல்கிறேன்

ஒருவேளை, இவ்வளவுதானோ நான்
ஆனால் என் கடைசி வார்த்தையைக் கூர்ந்து கேளுங்கள்
சொன்னதையெல்லாம்
திரும்ப எடுத்துக்கொள்கிறேன்

இந்த உலகத்திலேயே பெரிய கசப்புடன்
சொன்னதையெல்லாம்
திரும்ப எடுத்துக்கொள்கிறேன்

முன்மொழிதல்கள்

சாப்பிட எதுவுமில்லையென வருந்துகிறேன்
என் மேல் யாருக்கும் அக்கறையில்லை
பிச்சைக்காரர்களே இங்கிருக்கக் கூடாது என
வருடக்கணக்காகக் கூறிக்கொண்டிருக்கிறேன்

பட்டாம்பூச்சிகளுக்குப் பதில் நண்டுகளே
தோட்டங்களில் நகர வேண்டுமென
முன்மொழிகிறேன் –
இன்னும் சிறப்பாக இருக்கும் –
பிச்சைக்காரர்களே இல்லாத உலகத்தைக்
கற்பனை செய்ய முடிகிறதா உங்களால்?

நாம் அனைவரும்
கத்தோலிக்கர்கள் ஆக வேண்டுமென
முன்மொழிகிறேன்
அல்லது கம்யூனிஸ்ட்களாக
அல்லது நீங்கள் விரும்பும் எதுவாகவும்
எல்லாம் வார்த்தை வேறுபாடுதான்
நாம் தண்ணீரைச் சுத்திகரிப்போம் என
முன்மொழிகிறேன்

என் பிச்சைக் கோல் தந்திருக்கும் அதிகாரத்துடன்
போப் மீசை வளர்க்கட்டுமென
முன்மொழிகிறேன்
பசியில் மயங்கி கீழே விழப்போகிறேன்
எனக்கு அவர்கள் ஒரு சாண்ட்விச் தரட்டுமென
முன்மொழிகிறேன்

மாறுதலற்ற சலிப்பை முடித்துவைக்க
சூரியன் மேற்கில் உதிக்க வேண்டுமென
முன்மொழிகிறேன்

நிகனோர் பர்ரா

தேர்வு

எதிர்கவிஞர் என்றால் என்ன?
சவப்பெட்டிகளையும் அஸ்திக் கலசங்களையும் விற்பவர்?
ஒன்றிலும் நம்பிக்கையில்லாத மதகுரு?
தன்னையே சந்தேகிக்கும் படைத் தளபதி?
எல்லாவற்றையும் பார்த்துச் சிரிப்பவர்,
வயதையும் சாவையும்கூட?
கடுகடுத்துப் பேசுபவர்?
பாதாளத்தின் விளிம்பில் நடனமாடுபவர்?
எல்லோரையும் நேசிக்கும் சுயமோகி?
வேண்டுமென்றே சோகமாக இருக்கும்
குரூரமான கோமாளி?
நாற்காலியில் தூங்கும் கவிஞர்?
நவீன காலத்தின் ரசவாதி?
பாக்கட் சைஸ் புரட்சியாளர்?
குட்டி பூர்ஷ்வா?
போலி?
கடவுள்?
வெகுளி?
சாந்தியாகோ, சீலேயிலிருந்து வந்திருக்கும் விவசாயி?

சரியான பதிலை அடிக்கோடிடவும்

எதிர்கவிதை என்றால் என்ன?
தேநீர்க் கெட்டிலுக்குள் அடிக்கிற புயல்?
பாறை மீது படிந்துள்ள உறைபனி?
பாதிரியார் சால்வதியரா நம்புவதைப் போல
பீயைக் குவித்து வைத்த தாம்பாளம்?

பொய் பேசாத கண்ணாடி?
எழுத்தாளர் சங்கத் தலைவர் முகத்தில்
விழுந்த அறை?
(கடவுள் அவர் ஆன்மாவை ரட்சிக்கட்டும்)
இளம் கவிஞர்களுக்கான எச்சரிக்கை?
ஜெட் வேகத்தில் ஓடும் சவப்பெட்டி?
மையவிலக்கு விசையால் ஓடும் சவப்பெட்டி?
மண்ணெண்ணெயில் ஓடும் சவப்பெட்டி?
பிணமில்லாமல் சவ அடக்கம் நடக்கிற இடம்?

சரியான வரையறைக்கு அருகில்
X குறியிடவும்.

சுவர்ப் புள்ளிகள்

இறுதியின் இரவு
நம்மீது கவிழ்கிற வரைக்கும்
சுவர்ப் புள்ளிகளை நாம் ஆராய்வோம்
சில தாவரங்களைப் போலிருக்கின்றன
சில புராண உயிரிகளைப் போலிருக்கின்றன

கழுகுக் குதிரைகள், பறக்கும் நாகங்கள், நெருப்புப் பல்லிகள்
ஆனால் அணுகுண்டு வெடிப்பை ஒத்திருக்கும்
புள்ளிகளே மிகவும் வினோதம்

சுவரின் திரையில்
உடலால் காண முடியாததை ஆன்மா காண்கிறது
முழந்தாளிட்ட ஆண்கள்
சிசுக்களைக் கையிலேந்திய தாய்மார்கள்
குதிரை வீரர் சிலைகள்
கையில் அப்பத்தை ஏந்தி
அதை உயர்த்திக் காட்டும் பாதிரியார்கள்

ஒன்றோடொன்று பின்னிப் பிணைந்த பாலுறுப்புகள்

எல்லாவற்றையும்விட
அணுகுண்டு வெடிப்பைப் போல இருப்பவையே
சந்தேகமின்றிப்
பிரமாதமானவை

சொன்னதையெல்லாம் திரும்ப எடுத்துக்கொள்கிறேன்

யாருமில்லை

எப்படியும் என்னால் தூங்க முடியவில்லை
யாரோ திரைச்சீலைகளை ஆட்டுகிறார்கள்
படுக்கையிலிருந்து எழுந்திருக்கிறேன்
யாருமில்லை, நிலவொளியாகத்தான் இருக்கும்

நாளைக் காலையில் சீக்கிரம் எழுந்திருக்க வேண்டும்
இப்போதோ சற்றும் தூங்க முடியவில்லை
யாரோ என் கதவைத் தட்டுவது போலிருக்கிறது

மீண்டும் எழுந்திருக்கிறேன்
கதவைத் திறக்கிறேன்
பலத்த காற்று முகத்தில் அறைகிறது
ஆனால் தெருவோ காலியாக இருக்கிறது

நான் காண்பதெல்லாம்
காற்றின்
    தாளத்துக்கு
    ஆடும்
    நெட்டிலிங்க
    மர வரிசைகள்

சற்றாவது நான் தூங்க வேண்டும்
கோப்பையில் இன்னும் மின்னிக்கொண்டிருக்கும்
கடைசித் துளி ஒயினை அருந்துகிறேன்
படுக்கை விரிப்புகளைச் சரிசெய்கிறேன்
மீண்டுமொரு முறை கடிகாரத்தைப் பார்க்கிறேன்
கண்ணை மூடும்போது
யாராலோ காதலில் ஏமாற்றிக் கைவிடப்பட்ட
பெண்ணொருத்தியின் விம்மல்களைக் கேட்கிறேன்

நிகனோர் பர்ரா

இந்த முறை நான் எழுந்திருக்க மாட்டேன்
கணக்கற்ற விம்மல்கள்
ரொம்பவும் களைத்துவிட்டேன்
இப்போது எல்லாச் சத்தங்களும் நின்றுவிட்டன
கடலலைகள் மட்டுமே கேட்கின்றன
யாரோ ஒருவரின் காலடியோசையைப் போல
இங்கே
    எப்போதுமே
    வந்து சேராத
    ஒருவர்

போப்பின் கவிதைகள்

1.

இப்போதுதான்
என்னை போப்பாகத் தேர்ந்தெடுத்தார்கள்:
உலகத்திலேயே அதிகமாகப்
புகழ் பெற்றிருக்கும் மனிதன் நான்

2.

முதலிடத்தில் இருக்கிறேன் திருச்சபைத் தொழிலில்
இனி என்னால் நிம்மதியாக இறக்க முடியும்

3.

குருமார்கள் கோபத்தில் இருக்கிறார்கள்
ஏனெனில் நான் முன்பு அவர்களை நடத்திய மாதிரி
சம்பிரதாயமாக இப்போது நடத்துவதில்லை
இப்போது நான் போப் இல்லையா?
நாசமாய்ப்போக!

4.

நாளைக்கு என்னுடைய முதல் வேலை
வாடிகனுக்கு வீடு மாறிவிடுவது

5.

என்னுடைய முகவரி இது:
திருச்சபைத் தொழிலில் வெற்றி காண்பது எப்படி?

6.

வாழ்த்து மழை பொழிந்தபடி இருக்கிறது
உலகத்தில் ஒவ்வொரு செய்தித்தாளிலும்
முதல் பக்கத்தில் என் நிழற்படம்
ஒன்று மாத்திரம் நிச்சயம்;
நிஜத்தில் உள்ளதைவிட மிக இளமையாகக்
காட்சியளிக்கிறேன்

7.

சிறுவனாக இருந்ததிலிருந்தே
நான் போப் ஆக ஆசைப்பட்டேன்
ஏன் எல்லாரும் அதிர்ச்சியடைகிறீர்கள்?
நான் ஆசைப்பட்டதை அடைய
நாய் மாதிரி உழைத்தேன்

8.

கர்த்தரின் புனிதத் தாயே!
மக்கள் திரளை ஆசீர்வதிக்க
மறந்துவிட்டேன்

சொன்னதையெல்லாம் திரும்ப எடுத்துக்கொள்கிறேன்

எச்சரிக்கைகள்

வேண்டுதல் அனுமதிக்கப்படாது, தும்முதல் அனுமதிக்கப்படாது
துப்பக் கூடாது, புகழஞ்சலி செய்தல், மண்டியிடுதல்,
வழிபடுதல், அலறுதல், கபத்தை வெளியேற்றுதல் கூடாது

இந்த வளாகத்தில் தூங்குதல் அனுமதிக்கப்படாது
தடுப்பூசி போடுதல், பேசுதல், விலக்கி வைத்தல்,
கூட்டி வைத்தல், தப்பித்தல், பிடித்துவிடுதல் கூடாது

ஓடுதல் முற்றாகத் தடை செய்யப்பட்டிருக்கிறது
புகைப்பிடித்தல் கூடாது, புணரக் கூடாது

சிலுவை

எப்போதாவது
சிலுவையின் திறந்த கைகளுக்கு
நான் அழுதபடி வருவேன்

கூடிய விரைவில்
சிலுவையின் பாதத்துக்கடியில்
மண்டியிட்டு விழுவேன்

சிலுவையை
மணந்துகொள்ளாதிருப்பது சிரமம்
அவள் தன் கைகளில் என்னை எப்படிப் பிடித்திருக்கிறாள்,
பார்!

அது இன்றோ
நாளையோ
நாளை மறுநாளோ நடக்காது
எனினும் அது
நடக்கவேண்டிய விதத்தில் நடக்கும்

இப்போதைக்கு
சிலுவை
ஒரு ஆகாய விமானம்
கால்களை அகல விரித்திருக்கும் ஒரு பெண்

சொன்னதையெல்லாம் திரும்ப எடுத்துக்கொள்கிறேன்

கொள்கை விளக்க அறிக்கை

கனவான்களே, சீமாட்டிகளே
இதுதான் எங்கள் கடைசி வார்த்தை
– எங்கள் முதலும் முடிவுமான வார்த்தை –
ஒலிம்பஸிலிருந்து கவிஞர்கள் இறங்கி வந்துவிட்டார்கள்

எங்களுடைய மூத்தவர்களுக்கு
கவிதை ஒரு சொகுசுப் பொருள்
எங்களுக்கோ
அது அத்தியாவசியம்
கவிதையில்லாமல் எங்களால் வாழ முடியாது

எங்களில் மூத்தவர்களைப் போலன்றி
–மரியாதையுடன்தான் கூறுகிறேன்–
நாங்கள் இப்படிக் கருதுகிறோம்
கவிஞன் ரசவாதியல்ல
கவிஞன் எல்லா மனிதர்களையும் போல ஒரு மனிதன்
தன் சுவரை எழுப்பச் செங்கல் அடுக்குபவன்
ஜன்னல்களையும் கதவுகளையும் செய்பவன்

நாங்கள் அன்றாட வார்த்தைகளில் பேசுகிறோம்
மறைபொருள் குறிகளில் எங்களுக்கு நம்பிக்கையில்லை

தவிர ஒன்றுண்டு
கவிஞன் இருக்கிறானே அவன்
மரம் கோணலாக வளராமல் பார்த்துக்கொள்கிறான்

எங்கள் செய்தி இதுதான்
கடவுளை ஒத்த கவிஞனை நாங்கள் மறுக்கிறோம்
கரப்பான்பூச்சிக் கவிஞனை
புத்தகப்புழுக் கவிஞனை
இந்த கண்ணியவான் கவிஞர்களை எல்லாம்–
மிகுந்த மரியாதையுடன் இதைக் கூறுகிறேன்–

நிகனோர் பர்ரா

கூண்டில் குற்றவாளியாக நிறுத்தி
விசாரணைக்கு உட்படுத்த வேண்டும்
ஆகாயக் கோட்டைகள் கட்டியதற்காக
நேரத்தையும் இடத்தையும் வீணடித்ததற்காக
நிலாவுக்கு உணர்ச்சிப்பாக்களை எழுதியதற்காக
சமீபத்திய பாரிஸ் ஃபாஷனைப் பின்பற்றி
தற்செயலாக வார்த்தைகளைக் கோத்து வைத்ததற்காக
இது நமக்கானதல்ல
எண்ணம் என்பது வாயில் பிறப்பதல்ல
இதயத்திலிருந்து பிறப்பது

நாங்கள் குளிர்க்கண்ணாடிக் கவிதைகளை
மூடுமந்திர சூழ்ச்சிக் கவிதைகளை
அலங்காரத் தொப்பிக் கவிதைகளை
மறுக்கிறோம்
அவற்றுக்குப் பதிலாக
கண்ணாடி அணியாத கண்ணின் கவிதைகளை
மயிரடர்ந்த மார்பின் கவிதைகளை
எதுவும் அணியாத தலையின் கவிதைகளை
முன்மொழிகிறோம்
வனதேவதைகளில் கடற்தெய்வங்களில்
எங்களுக்கு நம்பிக்கையில்லை

கவிதை இப்படி இருக்க வேண்டும் –
கோதுமை வயலில் ஒரு பெண்ணாக
இல்லாவிட்டால் அது ஒன்றுமேயில்லை

சரி, அரசியல் தளத்தில்
எங்களது நேரடி முன்னோர்கள்,
சிறந்த முன்னோர்கள்,
ஒரு கண்ணாடி ஸ்படிகம் வழியே
திசை மாறி, சிதறி
வெளியே வந்தார்கள்
சிலர் கம்யூனிஸ்ட்களாக
நிஜமாகவே கம்யூனிஸ்ட்களா எனத் தெரியாது
கம்யூனிஸ்ட்கள் என்றே வைத்துக்கொள்வோம்
எனக்குத் தெரிந்ததெல்லாம் இதுதான்:
அவர்கள் மக்கள் கவிஞர்கள் அல்ல

சொன்னதையெல்லாம் திரும்ப எடுத்துக்கொள்கிறேன்

அவர்கள் தலைக்குமேல் வைத்துக் கொண்டாடப்பட்ட
பூர்ஷ்வாக் கவிஞர்களின்றி வேறில்லை

உள்ளதை உள்ளமாதிரி சொல்ல வேண்டும்:
எப்போதுமே ஓரிருவர்தான்
மக்கள் மனதில் இடம்பெற்றார்கள்
அவ்வாறு இடம்பெற்றபோதெல்லாம்
தங்கள் சொல்லாலும் செயலாலும்
இலக்கை நோக்கிய கவிதைக்கு எதிராக
நிகழ்காலத்தின் கவிதைக்கு எதிராக
பாட்டாளிகளின் கவிதைக்கு எதிராக
தங்களைப் பிரகடனப்படுத்திக்கொண்டார்கள்
அவர்கள் கம்யூனிஸ்ட்கள் என்றே வைத்துக்கொள்வோம்
ஆனால் அவர்கள் கவிதையோ விபரீதம்
இரண்டு கை மாறிய சர்ரியலிஸம்
காயலான்கடைச் சீரழிவு
கடல் அடித்துக்கொண்டு வந்த பழைய மரப்பலகைகள்
உரிச்சொல் கவிதை
முனகல் முக்கல் கவிதை
தான்தோன்றிக் கவிதை
நூல்களிலிருந்து பிரதியெடுக்கப்பட்ட கவிதை
வார்த்தைப் புரட்சியை அடிப்படையாகக் கொண்ட கவிதை
–ஆனால் நிஜத்தில் கவிதை
சிந்தனைப் புரட்சியிலிருந்து
ஊற்றெடுக்க வேண்டும்–
முடிவற்ற வட்டத்தின் கவிதை
தேர்ந்தெடுக்கப்பட்ட அரை டஜன் பேருக்கான
"முழுமுற்றான கருத்து வெளிப்பாட்டுச் சுதந்திரம்"
இன்று நாம் தலையைச் சொறிந்துகொண்டு யோசிக்கிறோம்
ஏன் இதையெல்லாம் எழுதினார்கள்
குட்டி பூர்ஷ்வாக்களைப் பயமுறுத்தவா?
என்ன ஒரு நேர விரயம்!
குட்டி பூர்ஷ்வா அவன் வயிற்றுப்பாட்டுக்கு
பிரச்சனை வந்தாலொழிய எதிர்வினையாற்ற மாட்டானே

அது சரி, கவிதைக்கு யார் பயப்படப் போகிறார்கள்!

நிகனோர் பர்ரா

நிலைமை இதுதான்:
அவர்கள்
அந்திக் கவிதைகளை
நள்ளிரவுக் கவிதைகளை
ஆதரித்தார்கள்
நாங்களோ
வைகறைக் கவிதையை ஆதரிக்கிறோம்
இதுதான் எங்கள் செய்தி:
கவிதையின் ஒளி நம் ஒவ்வொருவருக்குமானது
கவிதை எல்லோருக்கும் போதுமானது

அவ்வளவுதான் தோழர்களே!
– நான் உங்களை ஏய்க்கவில்லை –
நாங்கள்
குட்டித் தெய்வங்களின் கவிதையை
புனிதப் பசு கவிதையை
வெறிகொண்ட காளை கவிதையைக்
கண்டனம் செய்கிறோம்

மேகங்களின் கவிதைக்கு எதிராக
வைரம் பாய்ந்த நிலத்தின் கவிதையை வைக்கிறோம்
– குளிர்ந்த கைகள், வெதுவெதுப்பான நெஞ்சம்
சந்தேகமேயில்லாமல்
நாங்கள் வைரம் பாய்ந்த நிலத்துக்காரர்கள் –
கஃபே கவிதைக்கு எதிராக
திறந்தவெளிக் கவிதையை வைக்கிறோம்
வரவேற்பறைக் கவிதைக்கு எதிராக
பொதுச் சதுக்கக் கவிதையை
சமூகத்தின் ஆட்சேபக் கவிதையை

ஒலிம்பஸிலிருந்து கவிஞர்கள் இறங்கிவந்துவிட்டார்கள்

இளம் கவிஞர்களுக்கு

எழுதுங்கள்
உங்கள் மனம்போல
உங்களுக்குப் பிடித்த எந்தப் பாணியிலும்
இதுவரை
ஒரே பாதைதான் சரியானது என்று நம்பியதில்
நிறைய நடந்துவிட்டது
ஒரே ரத்த ஆறு

கவிதையில்
எல்லாமே அனுமதிக்கப்படுகிறது
ஆனால்
ஒரு நிபந்தனை,
வெற்றுத் தாளை
நீங்கள் மேம்படுத்தியே ஆக வேண்டும்

கருவேலம்

பல வருடங்களுக்கு முன்
பூத்துக் குலங்கிய கருவேல மரங்கள்
கையகப்படுத்திய
ஒரு தெருவில் நடந்து சென்றபோது
சகலமும் அறிந்த ஒரு நண்பனிடமிருந்து
அப்போதுதான் உனக்குத் திருமணமானதை
தெரிந்துகொண்டேன்.
அதற்கும் எனக்கும் நிஜமாக எந்தத் தொடர்புமில்லை
என்றேன் அவனிடம்
எப்போதும் உன்னை நான் நேசித்ததில்லை
– அது என்னைவிட உனக்கு நன்றாகத் தெரியும் –
ஆனால் கருவேலம் பூத்துக் குலுங்கும்
ஒவ்வொரு சமயத்திலும்
– இதை உன்னால் நம்ப முடிகிறதா? –
எனக்கு
நீ வேறு யாரையோ திருமணம் செய்துகொண்டாய்
என்ற நெஞ்சைப் பிளக்கும் செய்தியால்
அவர்கள் என்னை நேரடியாகக் குத்திய
அதே உணர்வு

பணவீக்கம்

ரொட்டி விலை ஏறுகிறது
எனவே ரொட்டி விலை மீண்டும் ஏறுகிறது
வாடகைகள் ஏறுகின்றன
உடனே எல்லா வாடகைகளும் இருமடங்காகின்றன
துணி விலை ஏறுகிறது
அதனால் துணி விலை மேலும் ஏறுகிறது
நெகிழ்வற்ற விஷவட்டத்துக்குள்
நாம் மாட்டிக்கொண்டுவிட்டோம்
கூண்டுக்குள் உணவிருக்கிறது
அதிகமில்லை, ஆனால் உணவிருக்கிறது
வெளியிலோ விரிந்து கிடக்கும்
மகத்தான சுதந்திரம் மட்டுமே

நிகனோர் பர்ரா

சூழல் நலிவடைகிறது

விஷயங்கள் மோசமாகிவிட்டதை அறிந்துகொள்ள
புகை படிந்த கண்ணாடியால்
சூரியனைப் பார்த்தால் போதும்
ஒருவேளை எல்லாம் நன்றாகப் போகிறது என
நீங்கள் நினைக்கலாம்.
நானோ குதிரைகள் இழுத்துச் செல்லும் கார்களுக்கு
நீராவியால் செலுத்தப்படும் விமானங்களுக்கு
கல்லில் செதுக்கப்பட்ட தொலைக்காட்சிப் பெட்டிகளுக்கு
நாம் திரும்பிவிட வேண்டுமென்கிறேன்

கிழங்கள் சொன்னது சரிதான்
நாம் விறகுகளை வைத்துச் சமைப்பதற்கு
மீண்டும் திரும்ப வேண்டும்

சொன்னதையெல்லாம் திரும்ப எடுத்துக்கொள்கிறேன்

சடங்குகள்

ஒவ்வொரு முறையும்
நீண்ட பயணத்துக்குப் பின்
என் நாட்டுக்குத் திரும்பியதும்
யார் செத்துப்போனார்கள் என்று கேட்பதே
முதலில் நான் செய்வது:
இறத்தல் என்ற எளிய உண்மையின் மூலம்
எல்லாரும் நாயகர்கள் ஆகிவிடுகிறார்கள்
நாயகர்கள் எங்கள் ஆசிரியர்கள்

இரண்டாவது
காயமடைந்தவர்களைப் பற்றி விசாரிப்பது

இந்தச் சிறிய சடங்கு
முடிந்த பிற்பாடுதான்
வாழ்வதற்கு என்னை நான் அனுமதித்துக்கொள்கிறேன்:
இன்னும் தெளிவாகப் பார்ப்பதற்காக
என் கண்களை மூடிக்கொள்கிறேன்
கசந்து பாடுகிறேன்
இந்த நூற்றாண்டின் தொடக்கத்தின் பாடலொன்றை

மம்மிகள்

ஒரு மம்மி பனியின் மேல் நடக்கிறாள்
இன்னொருத்தி பனிக்கட்டி மேல்
மற்றொருத்தி மணலின் மேல்

ஒரு மம்மி புல்வெளியின் ஊடாக நடக்கிறாள்
இன்னொருத்தி அவள் கூடவே போகிறாள்

ஒரு மம்மி ஃபோனில் பேசுகிறாள்
இன்னொரு மம்மி தன்னைக் கண்ணாடியில்
                            பார்த்துக்கொள்கிறாள்
மற்றொரு மம்மி தன்னுடைய துப்பாக்கியால் சுடுகிறாள்

எல்லா மம்மிகளும் தங்கள் இடங்களை
                            மாற்றிக்கொள்கிறார்கள்
கிட்டத்தட்ட எல்லா மம்மிகளும் நீங்குகிறார்கள்

பல மம்மிகள் மேஜைகளுக்கு முன் அமர்கிறார்கள்
சில மம்மிகள் சிகரெட்டுகளை நீட்டுகிறார்கள்
ஒரு மம்மி நடனமாடுவதைப் போல் தெரிகிறது

எல்லோரையும் விட மூத்த ஒரு மம்மி
தன் குழந்தைக்குப் பால் கொடுக்கிறாள்

சொன்னதையெல்லாம் திரும்ப எடுத்துக்கொள்கிறேன்

வருகிறேன் பார்ப்போம்

திரும்பிப் போக நேரம் வந்துவிட்டது
அனைவருக்கும் என் நன்றி
மெத்தனமாயிருக்கும் நண்பர்களுக்கும் சரி
பரபரப்பாக இருக்கும் எதிரிகளுக்கும் சரி
அந்தப் புனித மறக்கவியலாத கதாபாத்திரங்கள்!
நரகம்
கிட்டத்தட்ட உலகளாவிய விரோதத்தை மட்டும்
நான் சம்பாதித்திருக்காவிட்டால்!
ரோட்டில் என்னைக் கண்டால்
ஓடிவந்து குரைக்கும் குதூகல நாய்களே
நீங்கள் வாழ்க!
உலகத்தில் மிகப் பெரிய மகிழ்ச்சியுடன்
உங்களிடமிருந்து விடைபெறுகிறேன்

நன்றி, மீண்டும் நன்றி
நான் அழுவது தெரிகிறது
மீண்டும்
கடலிலோ அல்லது நிலத்திலோ
நாம் சந்திப்போம்
நல்லபடியாக நடந்துகொள்ளுங்கள்
எழுதுங்கள்
ரொட்டி சுடுங்கள்
சிலந்தி வலையை நெசவு செய்யுங்கள்
நீங்கள் எல்லா நலமும் பெற வாழ்த்துகிறேன்
சைப்ரஸ் என்று நாம் அழைக்கும் மரங்களின் கூம்புகளில்
பற்களுடன்
கடைவாய்ப் பற்களுடன்
நான் காத்திருக்கிறேன்

நிகனோர் பர்ரா

சொற்றொடர்கள்

நம்மை நாமே முட்டாளாக்கிக்கொள்ள வேண்டாம்
மோட்டார் வாகனம் ஒரு சக்கர வண்டி
ஆடுகளாலானது சிங்கம்
கவிஞர்களுக்குச் சுயசரிதைகள் இல்லை
சாவு ஒரு கூட்டுப் பழக்கம்
குழந்தைகள் மகிழ்ச்சியோடிருக்கப் பிறந்தவர்கள்
யதார்த்தம் சாயம்வெளுக்கக்கூடியது
புணர்தல் என்பது பேய்ச் செயல்
கடவுள் ஏழைகளின் நல்ல நண்பன்

மோசமான முன்வரலாறு உள்ள குடிமகன்

சிக்கலான பாதையில் அவன் நகர்கிறான்
ஒரு பூச்சியைப் போலத்தான் தெரிகிறான்

பேசுகிறான் பேசுகிறான் அப்படிப் பேசுகிறான்
குரல்வளை நாண்கள் தளர்ந்துபோகின்றன

அவனுடைய முன்நெற்றியில் சுருக்கங்கள் அதிகமாகின்றன

தற்கொலை இல்லாததால் சுயமைதுனம்

கடன்வாங்கிய ஸ்கார்ஃப் ஒன்றை வைத்திருக்கிறான்
மாணவர்களின் தேர்வுத்தாள்களைப் படிப்பதில்லை
குலுக்கல் முறையில் அவற்றுக்கு மதிப்பெண்கள் தருகிறான்
அவர்கள் அவனைக் கையும் களவுமாகப் பிடிக்கும்வரை

ஐம்பது வயதில் சுன்னத்
கைக்குட்டைக்குள் தும்முகிறான், துப்புகிறான்
தண்டனைக்குள்ளானவனைப் போல் அவன் சைகைகள்
அறிவியல் நூல்களின் மொழிபெயர்ப்பாளன்
விவாகரத்தானவன்
திரும்பவும் திருமணம் செய்துகொள்கிறான்
கொஞ்ச காலம் சுயமைதுனத்தை நிறுத்துகிறான்
யாரோ கண்காணிப்பதுபோல் அச்சம்
வெட்டவெளி என்றால் அச்சம்
மூடுண்ட இடம் என்றால் அச்சம்
வாசனைகளை நுகரும் திறனை இழக்கிறான்
தன் கைகளை விரிக்கிறான்
முழுக்கத் தோற்றுப்போனதன் அடையாளம்

நிகனோர் பர்ரா

நல்லது அப்புறம்

குழப்பமடையாதீர்கள்
கிரெம்லினில் ஒரு திருக்கோயிலில்
ஒரு கூட்டு ஜெபத்தைக் கேட்டபடி
நியூ யார்க்கில் ஒரு விமான நிலையத்தில்
ஒரு ஹாட் டாக்கைத் தின்றபடி
என்னை
இரண்டு நகரங்களில்
ஒரே நேரத்தில்
நீங்கள் பார்த்தால்

அதே ஆள்தான் நான்
இரண்டு இடங்களிலும்
அதே ஆள்தான் நான் என்பது
எத்தனை அபத்தம் என்றாலும்

சொன்னதையெல்லாம் திரும்ப எடுத்துக்கொள்கிறேன்

தேசபக்திக் கடமையை நான் நிறைவேற்றுகிறேன்

நான் வெளியில் துப்புவதைப் பார்ப்பதன் மூலம்
ஒருவேளை அது தேரையாக இருக்கலாம்
ஒரு தரம் நான் கூர்மாடங்கள் கொண்ட கதீட்ரல் ஒன்றைத்
துப்பினேன்
வட அமெரிக்க விமானம் தாங்கிக் கப்பல்கள் இரண்டை
சீலேயில் உற்பத்திசெய்யப்பட்ட பஸ்கள் மூன்றை
நீராவிப் புகைவண்டிகள் நான்கை
பத்தொன்பதாம் நூற்றாண்டின் ஏரோஸ்டேடிக் பலூன்கள்
ஐந்தை
ஆறு பேழைகளை அவற்றில் இருந்த சடலங்களை
நெருப்பை வாந்தியெடுக்கும் ஏழு டிராகன்களை
எட்டோ ஒன்பதோ பிண ஊர்திகளை
எக்க எக்கச்சக்கமான அத்தனை அழுகிய தக்காளிகளை

தற்காலம்

பேரிடர்க் காலங்களில் வாழ்ந்துகொண்டிருக்கிறோம்
முரணில்லாமல் ஒன்றைப் பேச முடிவதில்லை
பென்டகனுடன் உடந்தையாக இல்லாமல்
மௌனமாக இருக்கவும் முடியவில்லை
நம் எல்லாருக்குமே தெரியும்
மாற்றுச் சாத்தியம் என எதுவுமில்லை
எல்லாச் சாலைகளும்
கியூபாவை நோக்கிச் செல்கின்றன
ஆனால் காற்றோ அழுக்கடைந்திருக்கிறது
மூச்சுவிடுதலே வியர்த்தச் செயல்
தேசத்தைத்தான் குறைகூற வேண்டும்
என்கிறான் எதிரி
தேசங்கள் ஏதோ மனிதர்கள் என்கிற மாதிரி
சபிக்கப்பட்ட மேகங்கள் சபிக்கப்பட்ட எரிமலைகளைச்
சுற்றுகின்றன
சபிக்கப்பட்ட புறப்பாடுகள் சபிக்கப்பட்ட பயணங்களை
மேற்கொள்கின்றன
சபிக்கப்பட்ட மரங்கள் சபிக்கப்பட்ட பறவைகளின் மீது
நொறுங்கி விழுகின்றன
ஆரம்பத்திலிருந்தே மொத்தமும் மாசடைந்துவிட்டது

எதிர்கவிதைப் பாடங்கள் பற்றிய குறிப்பு

1. எதிர்கவிதையில் கவிதையே தேடப்படுகிறது, சொல்வன்மை அல்ல
2. எதிர்கவிதைகளை அவை எழுதப்பட்ட வரிசைக் கிரமத்திலேயே வாசிக்க வேண்டும்
3. எதிர்கவிதைகளிடத்தில் நாம் கொள்ளுகின்ற வேட்கையுடன் கவிதைகளை வாசிக்க வேண்டும்
4. கவிதை நேர்ந்துவிடுகிறது, அவ்வாறுதான் எதிர்கவிதையும்
5. கவிஞர் நம் அனைவரோடும் பாகுபாடின்றிப் பேசுகிறார்
6. எதிர்கவிதையில் நம் இன்பத்தை நம் ஆர்வமே குலைக்கிறது: புரிந்துகொள்ளப் பார்க்கிறோம், சர்ச்சிக்கிறோம், இதில் எதையும் செய்யக் கூடாதென்கிறபோது
7. பங்குபெற விரும்பினால் நம்பிக்கையோடு வாசியுங்கள், ஒருபோதும் ஆசிரியரின் பெயரைக் கண்டு திருப்தியடையாதீர்கள்
8. நல்லெண்ணத்துடன் கேளுங்கள், கவிஞரின் வார்த்தைகளுக்குப் பதில்சொல்லாமல் செவிகொடுங்கள்; மூத்தவர்களின் வாக்கியங்களால் அருவருப்படையாதீர்கள், அவர்கள் தற்செயலாக அவற்றை உரைப்பதில்லை
9. எல்லோருக்கும் "ஹலோ"

ஒலி வேகத்தினும் வேகமான சாவு

அதிவேகத்தில் விரைகிறது
வயசாளிகளின் வீட்டை நோக்கி
உதடு சிவந்த பதின்பருவத்தினன் நான் என்பதைப் போல
எனக்குச் சற்றும் முக்கியத்துவம் தராமல்
அதுவும்
சாவுக்கென்றே நிச்சயிக்கப்பட்டவன் நானென்று
அவளுக்கு நன்றாகத் தெரிந்திருக்கும்போது
கொட்டாவி விடுவதைத் தவிர இந்நாட்களில்
வேறெதையும் நான் செய்வதில்லை என்கிறபோது

மழுப்புகிற சாவு, அக்கறை காட்டாத சாவு
உலகத்தில் எல்லாரையும்விட அதிகமாக சல்லாபிப்பவள் நீ

சொன்னதையெல்லாம் திரும்ப எடுத்துக்கொள்கிறேன்

சுருங்கச் சொன்னால்

வளர்த்துவானேன்?
என்னுடைய எல்லா உடைமைகளையும் நான்
முனிசிபாலிட்டி கசாப்புக் கடைக்கும்
காவல்துறையின் சிறப்புக் காவல்படைப் பிரிவுக்கும்
அதிர்ஷ்டக்கார நாய் லோட்டோவுக்கும்
விட்டுச் செல்கிறேன்

இப்போது அவர்கள் விரும்பினால் என்னைச் சுடலாம்

பண்டமாற்றம்

ஒரு முப்பது வயதுச் சிறுமியை
இரு பதினைந்து வயதுக் கிழவிகளுக்கு
மாற்றிக்கொள்கிறேன்

திருமண கேக்கை
ஒரு ஜோடி எலக்ட்ரிக் ஊன்றுகோல்களுக்கு

மெனிங்கைடிஸ் நோயால் பாதிக்கப்பட்டிருக்கும் பூனையை
பதினெட்டாம் நூற்றாண்டின் செதுக்கல் வேலைப்பாட்டுக்கு

எப்போதும் சீறியெழுகின்ற எரிமலையை
கொஞ்சமும் பயன்படுத்தப்படாத ஹெலிகாப்டருக்கு

உமியை அரிசிக்கு மாற்றிக்கொள்கிறேன்
இடதுகாலுக்கான ஷூவை வலதுகால் ஷூவுக்கு

சொன்னதையெல்லாம் திரும்ப எடுத்துக்கொள்கிறேன்

பிரம்மாண்டமான தவறுகள்

1

இருப்பதா இல்லாமலிருப்பதா என்றான் அவன்
அவன் சொல்ல நினைத்தது செய்வதா செய்யாமலிருப்பதா

2

அவர்கள் இரண்டும் இரண்டும் நான்காகிறது என்றார்கள்
இரண்டும் இரண்டும் நான்கானது என்று
அவர்கள் சொல்லியிருக்க வேண்டும்
இன்றைக்கு அதுபற்றி எதுவும் தெரியாது

3

என் தந்தையே என்றான் அவன்
என் தாயே என்று அவன் சொல்லியிருக்க வேண்டும்
என்னை ஏன் கைவிட்டீர்?

இருப்பதா இல்லாமலிருப்பதா

கிளாரா சாந்தோவால்* சொல்வாள் அப்படி
அடுத்து வருவது சாட்டையை எடுத்து விளாசல்

---

* நிகனோர் பர்ராவின் அம்மா கிளாரா சாந்தோவால்

பிழைசெய்யாத புறாக்களிடமிருந்து

எந்தத் தலைவரது சிலையும் தப்புவதில்லை
என்று சொல்கிறாள் கிளாரா சாந்தோவால்

புறாக்களுக்குத் தாங்கள் என்ன செய்கிறோம் என்று
மிகச் சரியாகத் தெரிந்திருக்கிறது

என் படுக்கைக்குக் கீழே

என் மனைவி புதைக்கப்பட்டிருக்கிறாள்

பல யுகங்களுக்கு முன்
ஆத்திரத்தில் நான் அவளைக் கொன்றேன்

நள்ளிரவில் திடுக்கிட்டு எழுகிறேன்
எனக்குக் குளிர்கிறது, அம்மா
ஏன் நீ இங்கு வந்து என் எலும்புகளைச் சூடேற்றக் கூடாது?

அவள் தன்னை
ஆர்வமற்றவளாக எல்லாம் காட்டிக்கொள்வதில்லை
மாறாக அவள் தானாகவே வருகிறாள்
நான் சரியான நேரத்தில் அழைக்காவிட்டாலும்

மேலும் என் பிணத்தின் மேல் வந்து விழுகிறாள்
மேலும் அணைப்புகளால் முத்தங்களால் என்னை
எழுப்புகிறாள்
மேலும் தீப்பற்றிய கோதுமை வயலைப் போல நாங்கள்
இருக்கிறோம்

சொன்னதையெல்லாம் திரும்ப எடுத்துக்கொல்கிறேன்

எனவே என்னிடம் வன்மம் இல்லையென்பதை இப்போது நீ காணலாம்

உனக்கு நான் நிலாவைத் தருகிறேன்
நிஜமாகத்தான் – உன்னைக் கேலிசெய்வதாக நினைக்காதே
உனக்கு இந்தப் பரிசை எக்கச்சக்க அன்புடன் தருகிறேன்
உன் காலையெல்லாம் வாரவில்லை
நீயே போய் அதை எடுத்துக்கொள்ளலாம்
உன்னை, உன் பலவண்ண வண்ணத்திப்பூச்சிகளை
நேசிக்கும் உன் மாமா

இது உனக்குத் திருக்கல்லறையிலிருந்து* வருகிறது

---

* ஜெருசலேமில் உள்ள திருக்கல்லறை

ஹோலோகாஸ்ட்

இந்த உலகத்திலும் எதுவும் தன்பாட்டுக்கு நடப்பதில்லை
தாதாயிசம்
கியூபிசம்
சர்ரியலிசம்
அல்லது
ஆன்மாவின் சுய தோல்வி

பின்னால் வருவது
முன்னால் வந்ததன்
தர்க்க விளைவு

அன்பு மாணவர்களே

போய் வாருங்கள் அன்பு மாணவர்களே
இந்நாட்டில் இன்னமும் உயிரோடிருக்கும்
கடைசிக் கருவளையக் கழுத்து அன்னங்களை
காக்க இதுவே தருணம்
உதையுங்கள்
அடியுங்கள்
வேறென்ன வேண்டுமானாலும்:
இறுதியில் கவிதை நமக்கு நன்றி சொல்லும்
இன்னொரு புரட்சிகரமான நடவடிக்கை:
காதலின் குற்றங்களை மன்னித்துவிடுங்கள்

பாலியல் பொது மன்னிப்பு
காதல் காதல் காதல் காதல்
மேலும் தயவுசெய்து இணையர்களாக ஆகாதீர்கள்

ஜோடியில் தோல்வி மட்டுமே

நல்ல செய்தி!
ஒரு மில்லியன் வருடங்களில் உலகம்
மறுபடியும் முழுதாகிவிடும்
நாம் போய்த்தான் வெகுகாலம் ஆகியிருக்கும்

பலகைகள்

கனவு கண்டேன்
ஒரு பாலைவனத்தில் இருந்ததாக
என்மீது நான் கொண்ட எரிச்சலால்
ஒரு பெண்ணை அடிக்கத் தொடங்கியதாக
பிசாசுக் குளிர்
நான் ஏதாவது செய்தாக வேண்டும்
தீ மூட்டலாம், உடற்பயிற்சி செய்யலாம்
ஆனால் எனக்குத் தலைவலித்தது
சோர்வாக இருந்தது
எனக்குச் செய்யப் பிடித்ததெல்லாம்
தூங்குவதும் சாவதும்
எனது மேலங்கி ரத்தத்தில் நசநசத்திருந்தது
என் விரல்களுக்கிடையில் முடிக்கற்றைகள்
ஒட்டியிருந்தன –
பாவப்பட்ட என் அம்மாவின் முடிக்கற்றைகள்–
"நீ ஏன் உன் அம்மாவைக் கொடுமைப்படுத்துகிறாய்?"
ஒரு கல் என்னைக் கேட்டது
புழுதி படிந்த கல்
"ஏன் உன் அம்மாவைக் கொடுமைப்படுத்துகிறாய்?"
குரல்கள் எங்கிருந்து வந்தன எனச் சொல்ல முடியவில்லை
அவை என்னை நடுங்க வைத்தன
என்னுடைய விரல் நகங்களைப் பார்த்தேன்
அவற்றைக் கடித்தேன்
வேறெதையோ யோசிக்க முயன்றேன்
பயனில்லை
சுற்றி நான் கண்டதெல்லாம் பாலைவனம்
அந்த விக்ரகம் போன்றதொரு உருவம்
இதையெல்லாம் நான் செய்தபோது
என்னைப் பார்த்துக்கொண்டிருந்த என் கடவுள்
சில பறவைகள் தோன்றின
அதே நேரம் இருட்டில்

சொன்னதையெல்லாம் திரும்ப எடுத்துக்கொள்கிறேன்

சில பாறைப் பாளங்களைக் கண்டுபிடித்தேன்.
கடுமையான முயற்சிக்குப் பின் கண்டேன்
அவை கட்டளைப் பலகைகள் என
"நாங்கள் கட்டளைக் கற்பலகைகள்" என்றன அவை
"ஏன் உன் அம்மாவைக் கொடுமைப்படுத்துகிறாய்?
இந்தப் பறவைகள் எங்கள்மீது அமர வந்துள்ளன.
உன் குற்றங்களைப் பதிவு செய்ய அவை
இங்கே வந்திருக்கின்றன"
கொட்டாவி விட்டேன்
எச்சரிக்கைகள் அலுப்பைத் தந்தன
"இந்தப் பறவைகளைத் துரத்துங்கள்" உரக்கக் கத்தினேன்
"முடியாது" என்றது கல் ஒன்று
"உன்னுடைய வெவ்வேறு குற்றங்களுக்காக
உன்னைக் கண்காணிப்பதற்காக
அவை நிற்கின்றன இங்கே"
எனவே மீண்டும் பெண்மணியிடம் திரும்பினேன்
முன்பைவிட இன்னும் அவள் அதிகம் சிரமப்படட்டும்
தூங்காமலிருக்க நானும் ஏதாவது செய்ய வேண்டும்
வேறு வழியில்லை
எனக்கு வேறு தேர்வில்லை
இல்லாவிட்டால் அந்தப் பாறைகளுக்கும்
பறவைகளுக்கும் மத்தியில்
தூங்கிவிட்டிருப்பேன்
எனவே என்னுடைய பாக்கெட்டிலிருந்து
வத்திப்பெட்டியை எடுத்தேன்
கடவுளின் மார்பளவுச் சிலைக்குத்
தீவைக்க முடிவு செய்தேன்
பயங்கரமான குளிர், நான் வெதுவெதுப்படைய வேண்டும்
ஆனால் அந்த நெருப்பு சில நொடிகளுக்குத்தான் இருந்தது
மனம் பேதலித்து
அந்தக் கற்பலகைகளை மீண்டும் தேடினேன்
ஆனால் அவை மறைந்துவிட்டன
பாறைகளும் அங்கில்லை
என் அம்மாவும் என்னை விட்டுச் சென்றிருந்தாள்
தலையில் அடித்துக்கொண்டேன்
அதைத் தாண்டிச் செய்ய எதுவுமில்லை

கடைசியாகக் கோப்பையை உயர்த்துகிறேன்

விரும்புகிறோமோ, இல்லையோ
நமக்கு மூன்று வாய்ப்புகளே தரப்பட்டிருக்கின்றன:
கடந்தகாலம், நிகழ்காலம், எதிர்காலம்

மூன்றுகூட இல்லை
ஏனெனில் தத்துவவாதி நம்மிடம் சொல்கிறார்:
கடந்தகாலம் கடந்துவிட்டது
நினைவில் மட்டுமே நம்முடையதாக உள்ளது:
இதழ்கள் களையப்பட்ட ரோஜாவிடமிருந்து
இன்னொரு இதழை எடுக்க முடியாது

சீட்டுக்கட்டில் இரண்டு சீட்டுகளே உள்ளன:
நிகழ்காலம், எதிர்காலம்

இரண்டுகூட இல்லை
ஏனெனில் எல்லோருக்கும் தெரியும்
நிகழ்காலம் என்ற ஒன்று
அது கடந்த காலமாக மாறுகிற வழியில் அன்றி
இல்லை என்று
மேலும் அது கடந்துவிட்டது
இளமையைப் போல

வளர்த்துவானேன் ?
நம்மிடம் எதிர்காலம் மட்டுமே உள்ளது
என் கோப்பையை உயர்த்துகிறேன்
எப்போதும் வராத அந்த நாளுக்காக
எனினும் நம் கட்டுப்பாட்டில் இருக்கும்
அந்த ஒன்றே ஒன்றுக்காக

சொன்னதையெல்லாம் திரும்ப எடுத்துக்கொள்கிறேன்

உதவி!

எப்படி இங்கே வந்து சேர்ந்தேன் எனத்
தெரியவில்லை

வலது கரத்தில் என் தொப்பியைப் பிடித்தபடி
களிப்பில் திருப்தியுடன் துள்ளிக் குதித்தோடினேன்
ஒளிர்ந்து மின்னிய ஒரு வண்ணத்துப்பூச்சியைத் துரத்தியபடி
அது எனக்கு மகிழ்வூட்டியது, கிறுக்காக்கியது

திடீரென்று தடுக்கித் தொபுக்கென விழுந்தேன்
தோட்டத்துக்கு என்னாயிற்று என்று தெரியவில்லை
காட்சி மொத்தமாக மாறிவிட்டது
ரத்தம் வழிகிறது மூக்கிலிருந்தும் வாயிலிருந்தும்

உண்மையில் என்ன நடந்ததெனப் புரியவில்லை
ஒன்று, முடிவாக என்னைக் காப்பாற்றிவிடுங்கள்
அல்லது தோட்டாவால் என் மண்டையைத்
                                துளைத்துவிடுங்கள்

சல்லாபப் பேச்சு

ஒரு மணி நேரமாக இங்கே இருக்கிறோம்
ஆனால் எப்போதும்போல நீ வழக்கமான பதிலைச்
                                        சொல்கிறாய்
நகைச்சுவைத் துணுக்குகளால் வெறியேற்றுகிறாய்
எனக்கு அவை மனப்பாடம்
உனக்கு என் வாயைப் பிடிக்காதா? என் கண்களை?
– நிச்சயமாக எனக்கு உன் கண்கள் பிடிக்கும்
– பின் ஏன் அவற்றை முத்தமிட மாட்டேனென்கிறாய்?
– அவற்றை முத்தமிடத்தான்போகிறேன்
– உனக்கு என் தொடைகளைப் பிடிக்காதா? என் முலைகளை?
– என்ன பேசுகிறாய், உன் முலைகளை எனக்குப் பிடிக்காதா!
– அப்படியென்றால் அதை நீ காட்டு
  அவற்றைத் தொடேன், உனக்கு வாய்ப்பு இருக்கும்போது
– அதை நீ என்னை செய்யவைப்பது எனக்குப் பிடிக்கவில்லை
– அப்படியென்றால் ஏன் என் உடைகளைக் களைய வைத்தாய்?
– நான் உன்னைக் களையச் சொல்லவில்லையே
  உனக்குப் பிடித்தது, அதைச் செய்தாய்
  இப்போது அணிந்துகொள், உன் கணவன் வீட்டுக்கு
                                        வருவதற்குள்

பேச்சை நிறுத்து, உடைகளை அணிந்துகொள்
உன் கணவன் வீட்டுக்கு வருவதற்குள்

சொன்னதையெல்லாம் திரும்ப எடுத்துக்கொள்கிறேன்

மோனா லிஸா

புகழ்பெற்ற எந்த ஓவியத்தையும் போல
தலைகீழாக மாட்டினால்
100% மேம்பட்டுவிடுகிறது

*180°க்கு திருப்பினால் போதும்
மீசையே நீ வரைய வேண்டியதில்லை*

முதல் காண்டம்

வாழ்க்கைப் பயணத்தின் நடுவே
தடைவிதிக்கப்பட்ட நிலத்தில் நுழைந்ததால்
ஒரு இருட்காட்டில் தொலைந்துபோனேன்

அதை நினைக்கும்போதே
மயிர்கூச்செரிகிறது
ஒரு சிங்கம், ஒரு பெண் ஓநாய், ஒரு சிறுத்தை
– என்னிடத்தில் கருணை கொள்ளுங்கள்–
காலையுணவுக்கு என்னைச் சாப்பிட விரும்பியதைப் போல
என்னை உற்று நோக்கின

நல்ல வேளை, தாமஸ் என்ற பெரிய மனிதன்*
மிகச் சரியான நேரத்தில் வந்தான்
இல்லாவிட்டால் இக்கதையைச் சொல்லியிருக்க மாட்டேன்

---

* தாமஸ் லாகோ, சீலேவைச் சேர்ந்த ஒரு கவிஞர், விமர்சகர். பர்ராவின் நண்பர். 'சீலேயின் மூன்று கவிஞர்கள்' என்ற நூலின் முன்னுரையில் லாகோ இப்படி எழுதுகிறார்: "ஒரு புள்ளிவரைக்கும் நெரூதா எடுத்துச் சென்றார், அதன் பின் இல்லை. இங்கிருந்து இதன் பின், பர்ராதான்." இக்குறிப்பைக் கவிதையில் சுட்டுகிறார் பர்ரா. சிங்கம், பெண் ஓநாய், சிறுத்தை என்று பர்ரா குறிப்பிடுவது அவரது கவிதைப் பாணியை வெறுத்த, அவரை ஒழிக்க நினைத்த அவருடைய எழுத்தாளச் சகாக்களாக இருக்கலாம்.

கொலம்பஸுக்கு முந்தைய கலைப்பொருள்

1

மின்தூக்கியுடன் ஒரு மரம்
மேலே சென்று பறவைகளைப் பார்க்க

2

சாந்தியாகோவிலிருந்து வால்பரைசோவுக்கு
கால்நடையாக வந்த ஒரு அன்னப்பட்சி

3

டென்னிஸ் மைதானங்களில் மரங்களை நட்டதற்காக
பர்ரோஸ் அரானா* அகாதமியிலிருந்து வெளியேற்றப்பட்டது

---

* சாந்தியாகோவில் உள்ள 'Instituto Nacional Barros Arana' என்ற பொது உயர்நிலைப் பள்ளிக்கூடத்தைக் குறிப்பிடுகிறார்.

இது இடுகாடாகத்தான் இருக்க வேண்டும்

இல்லாவிட்டால்
ஜன்னல்களும் கதவுகளும் அற்ற அந்த வீடுகளை
முடிவில்லாத வாகன வரிசைகளை
வேறெப்படி விளக்க முடியும்?

தவிர ஒளிமினுங்கும் நம் நிழல்களைக் காண்கையில்
நாம் நரகத்தில் ஒருவேளை இருக்கலாம்

எனக்கு நிச்சயமாகத் தெரியும்
அந்த சிலுவைக்குக் கீழே
ஒரு சர்ச் இருக்க வேண்டும்

சீலே 2000

இங்கே அரசாங்கம் தன்னால் முடிந்ததைச் செய்கிறது
ராணுவம் தான் விரும்பியதைச் செய்கிறது
சர்ச் மட்டும்தான் தான் செய்ய வேண்டியதைச் செய்கிறது:
எதுவுமில்லை

இராக்கில் போர்

என் வாய் பிளந்தபடி இருக்கிறது
திரும்பவும் என்னால் மூட முடியுமா என்பது சந்தேகம்தான்

சொன்னதையெல்லாம் திரும்ப எடுத்துக்கொள்கிறேன்

ஏழு*

லிரிகல் கவிதையின் ஏழு அடிப்படையான சங்கதிகள்
முதலாவது இளம்பெண்ணின் புண்டைமேடு
அடுத்தது முழுநிலவு வானத்தின் புண்டைமேடு
பறவைகள் குழுமியிருக்கும் தோப்பு
அஞ்சலட்டைப் படம் போன்ற சூர்யாஸ்தமனம்
வயலின் என்கிற இசைக்கருவி
ஒரு திராட்சைக் கொத்தின் முழுமையான அற்புதம்

---

* ஏழு என்று தலைப்பிட்டிருக்கும் கவிதைக்குள் லிரிகல் கவிதைக்கே உரித்தான ஆறு பொருட்கள் சொல்லப்படுகின்றன. ஏழாவது 'Siete' என்ற தலைப்பில் மறைந்திருப்பதாகத் தெரிகிறது. ஸ்பானிய மொழியில் Siete என்ற சொல் 'ஏழு' என்ற பொருளைத் தருவதுடன் Si என்பது ஏழாவதாக அமையும் Musical Note ஒன்றையும் குறிக்கிறது. லிரிகல் கவிதையின் ஏழாவது குணாம்சமாக அதன் இசைத் தன்மையைத் தலைப்பு ஒளித்து வைத்திருக்கிறது என்றும் கருதலாம்.

அவன் பரிசுத்தமானவன் என்றே வைத்துக்கொள்வோம்

அவன் சிலுவையில் அறையப்பட்டான் என்றே
வைத்துக்கொள்வோம்
அவன் இறந்தவர்கள் மத்தியிலிருந்து உயிர்ப்பிக்கப்பட்டான்
என்றுகூடச் சொல்லலாம்
–அதைப்பற்றியெல்லாம் எனக்குக் கவலையில்லை–
எனக்கு விளங்க வேண்டியதெல்லாம் பல் துலக்கும் பிரஷ்
குறித்த
மர்மம்தான்
எப்படியாவது அதை நாம் கண்டுபிடித்தாக வேண்டும்

சொன்னதையெல்லாம் திரும்ப எடுத்துக்கொள்கிறேன்

பின்னுரை

நிகனோர் பர்ராவின் (எதிர்)கவிதைகளும் இன்னும் கொஞ்சமும்

என்னுடைய இறகுப் பேனாக்களைத்
தேர்ந்த வாசகர்களின் தலைகளில் புதைக்கிறேன்

தன்னை எதிர்கவிஞர் என அறிமுகப்படுத்திக் கொண்ட நிகனோர் பர்ராவின் இரண்டாவது கவிதைத் தொகுப்பான *Poemas y antipoemas* (கவிதைகளும் எதிர்கவிதைகளும்) வெளிவந்தபோது அது லத்தீன் அமெரிக்க இலக்கியப் பரப்பில் புத்தொளி பாய்ச்சியது. மட்டுமல்லாமல் உலகமெங்கும் இன்றுவரையிலும் கவிதை என்ற வகைமையில் எல்லையைத் தொட்டுப் புரட்டிப்போட நினைக்கும் கவிஞர்களுக்கு ஒரு செம்பாதையை அது அமைத்துத் தந்தது. புகழ்பெற்ற கவிஞரான பாப்லோ நெரூதா அந்தத் தொகுப்புக்கு முன்னுரை தந்தார். பர்ராவின் கவிதைப் பாணியின் தனித்துவத்தையும் ஆழத்தையும் தெளிவையும் பாராட்டிய நெரூதா, "(புலம்பல்) பெருமூச்சைத் தோற்கடித்தவர், அப்படிப் பெருமூச்சுவிடுபவரின் தலை வெட்டப்படுவதை மேற்பார்வை பார்க்கக்கூடியவர்" என்று பர்ராவைக் குறித்துச் சரியாக அவதானித்தார் (கிராஸ்மேன் 1975, 1). புரிபடாத இருண்மையோடும் அதீத உருவகங்களோடும் கூடிய அகவயக் கவிதையை மறுப்பதாக பர்ராவின் அத்தொகுப்பு இருந்தது. வெகுஜன வழக்குகளையும் வழக்காறுகளையும்

பழமொழிகளையும் புழங்குமொழியின் தொனியையும் கவிதையில் அது கொண்டுவந்தது.

கவிஞரை ஒரு தேர்வாளராக, அதாவது புழங்குமொழியிலிருந்து கவிதைக்கான சொற்களைத் தேர்ந்தெடுப்பவராகவும் அவற்றைத் தொகுப்பவராகவும் பர்ரா முன்வைத்தார். அன்றாடத் தோடும் தினப்படி வாழ்க்கையோடும் இணைத்துக்கொள்ளாத கவிதையைத் தோல்வியாகவே அவர் பார்த்தார். அன்றாட வாழ்க்கை, அற்பமான பயன்பாட்டுப் பொருள்கள், அன்றாட அரசியல் இவற்றைக் கவிதைக்குள் கொண்டுவந்தார். விளம்பர வாக்கியங்கள், பொதுக் கூட்டத்தின் நடைமுறைகள், இரவுணவுக்குப் பின் குடும்பத்தில் நடக்கும் உரையாடல்கள், தன்னுடைய ஆசிரியர் பணி, குப்பைக் கூளங்கள், கடைகளின் அறிவிப்புப் பலகைகள் போன்ற பலவற்றையும் அவர் கவிதைகளில் பார்க்கிறோம். அவரது முதல் தொகுப்பிலேயே அன்றாட வாழ்வை எதிர்கொள்ளும் தன்னெழுச்சியான கவிதைப் பாதைக்கான தடமிருந்தது. என்றாலும் கவிதைகளும் எதிர்கவிதைகளும் தொகுப்பிலிருந்து அவர் படைப்பின் அடிநாதமாகவே அன்றாடம் இடம்பெற்றது.

பர்ரா எழுத வந்த காலத்தில் - 1930கள், 40களில் - நவீன கவிதைக்கும் வாழ்க்கைக்கும் இடையே உண்டாகியிருந்த பிளவு அவர் எதிர்கவிதையை நோக்கி நகர்ந்ததற்கு முக்கியமான காரணம். சமூகத்திலிருந்தும் அன்றாடத்திலிருந்தும் தனிமைப்பட்டு, உருவக நுட்பங்களுடனும் 'செறிவான' வலிந்த படிமங்களுடனும் குறியீடுகளுடனும் எழுதப்பட்ட கவிதைகளை அவர் மறுதலித்தார். குறிப்பாக, லத்தீன் அமெரிக்க இலக்கியக் களத்தில் நெரூதா, உயீடோப்ரோ (*Huidobro*) போன்றவர்களுடைய மொழி "*Spanish baroque*" என விவரிக்கப்படும் அழகியலின் தாக்கத்தோடு இருந்தது. கவிதையின் கருப்பொருள்களைப் பொதுமைப்படுத்திப் பிரபஞ்ச இருப்புடன் அடையாளப்படுத்துதல், பூடகத் தன்மை போன்றவற்றோடு அந்தக் கவிஞர்களின் கவிதை மொழி இயங்கியது. இதற்கு உதாரணம் நெரூதாவின் "வெங்காயத்துக்கு இசைப்பாட்டு" ("*Ode to the Onion*") என்ற தலைப்புக் கொண்ட கவிதை. "பூமிக்கடியில் நடந்தது அந்த அற்புதம் / உன் செம்மையற்ற பசுந்தண்டு தோன்றியபோது / உன் இலைகள் கத்திகளாக / காய்கறித் தோட்டத்தில் மேலெழும்பியபோது / உன் நிர்வாண ஒளியூடுருவலைக் காட்டியபோது" என்று அக்கவிதை போகிறது; கூடவே அந்த விவரணையைத் தொலைவில் கடலொன்றில் கிரேக்கத் தாய்த் தெய்வமான அஃப்ரோடைடி

தன் மார்பகங்களை உயர்த்திக் காட்டுவதுடன் இணைக்கிறது. இத்தகைய கவிதைப்பாணி பர்ராவுக்கு ஒவ்வாமையைத் தந்தது. மட்டுமல்லாமல், "கரடான மொழியில்" நெரூதா எழுதிப் பார்த்த "தூய்மையற்ற கவிதை"யுமேகூட அலங்கார ஜோடனை களுடன் இருந்ததாகப் பின்னர் பர்ரா கருதியதை பால் பியர்சன் (2008) சுட்டிக் காட்டுகிறார். பர்ராவுக்கு எதிர்கவிதையின் கூறல் முறையில், கூறுகளில் இருந்த ஈடுபாடு நெரூதாவின் "தூய்மையற்ற கவிதை" அக்கறைக்குக் காலத்தால் முற்பட்டது என்றெழுதுகிறார் கிராஸ்மேன் (78-79).

லத்தீன் அமெரிக்க இலக்கியப் புலத்தில் தொடக்கத்தில் நெரூதாவின் கவிதைகளுக்கான எதிர்மறை வினையாக பர்ராவின் கவிதைகள் வாசிக்கப்பட்டன. அன்றாட வாழ்வின் அனுபவத்தை நெரூதாவின் கவிதைகள் பேசுவதில்லை என்பது பர்ராவுக்குக் குறைபாடாக இருந்தது. சொல்லப்போனால், நெரூதாவைப் பாடகர் என்றே அழைக்கிறார் பர்ரா: "பறவைகள் பாடட்டும், மனிதன் பேசட்டும்" என்பது அவரது புகழ்பெற்ற கூற்று. நியூ யார்க் பல்கலைக்கழகத்தில் 1970ஆம் ஆண்டு நடந்த கவிதை வாசிப்பொன்றில் அவர் கூறியது இது (கிராஸ்மேன், 9). உணர்ச்சிகர ரொமாண்டிசிஸத்துக்கும் சொல்வன்மை சார்ந்த கவித்துவம் ததும்பி வழியும் கவிதைகளுக்கும் அந்நியமாக இருந்தன பர்ராவின் கவிதைகள். முன்னெப்போதுமில்லாத எதிர்கவிதைப் பாணியை நவீன லத்தீன் அமெரிக்க எழுத்துப் பரப்பில் பதிந்த பர்ரா, அதன் காரணத்தாலேயே தன்னை ஸ்பானிய நவீன இலக்கிய மரபோடு அடையாளப்படுத்திக் கொள்ள மறுத்தார். அவருடைய கவிதைகள் முன்னெப்போதுமில்லாத புதுமையோடிருந்தன. அவை எந்த அளவுக்கு அப்போதிருந்த கவிஞர்களைப் பதற்றப்படுத்தின என்பதை அவரது ஒரு கவிதை உரைக்கிறது:

ரோலர் கோஸ்டர்

அரை நூற்றாண்டாக
சீரியஸ் முட்டாள்களின் சொர்க்கமாக
கவிதை இருந்தது
நான் வந்து
என் ரோலர் கோஸ்டரைக் கட்டும்வரை

விரும்பினால் மேலே செல்லுங்கள்
வாயிலிருந்தும் மூக்கிலிருந்தும்
ரத்தம் கொட்டிக்கொண்டு
கீழே வந்தீர்கள் என்றால் அது என் தவறல்ல

பர்ரா தனது காலத்திய கவிதைச் செயல்பாட்டுக்கும் பிரச்சினைகளுக்கும் படித்தவர்களையும் மேல்தட்டு மக்களையும் மட்டுமே வாசக இலக்காகக் கொண்ட ஐரோப்பிய "மறுமலர்ச்சி அழகியல்" அடிப்படையாக இருந்ததை உணர்ந்தார். மேலும், முக்கியமாக அவருடைய இலக்கு கவிதையை உருவகத்தின் ஆதிக்கத்திலிருந்து மீட்டெடுப்பதாக இருந்தது. "முந்தைய கவிதை மொழியின் முறைகேடு" என்றே உருவக ஆதிக்கத்தை அவர் சாடுகிறார் (கிராஸ்மேன், 7-8). கவிதையில் வலிந்து செய்யப்படும் உருவகப் பயன்பாட்டைக் களைந்தாக வேண்டும் என்று எண்ணியவர் பர்ரா. தவிர, கவிஞர் என்பவரை எல்லாம் வல்ல படைப்பாளியாக, ஒரு "சிறிய கடவுளை"ப் போல விதந்தோதப் படுவதை அவர் மறுத்தார். தனது கவிதை ஒன்றில் ("கொள்கை விளக்க அறிக்கை") "ஒலிம்பஸிலிருந்து கவிஞர்கள் இறங்கி வந்துவிட்டார்கள்" என்று அவர் கூறுவது நோக்கத்தக்கது. கிரேக்கப் புராணத்தில் ஒலிம்பஸ் மலை கடவுளர்கள் வாழும் இடம். அதே கவிதையில்

> கவிதை இப்படி இருக்க வேண்டும் –
> கோதுமை வயலில் ஒரு பெண்ணாக
> இல்லாவிட்டால் அது ஒன்றுமேயில்லை

என எழுதுகிறார் பர்ரா. அன்றாட வாழ்க்கையின் சாதாரண மனிதர்களின் மொழியைக் கடைசிவரையிலும் அவர் கவிதையில் பயின்றார் என எழுதுகிறார் கிராஸ்மேன் (75). "கொள்கை விளக்க அறிக்கை" என்ற தலைப்பு கம்யூனிஸ்ட் கொள்கை விளக்க அறிக்கையை நினைவூட்டுவது. அதே நேரத்தில் இக்கவிதையை வைத்துக்கொண்டு பர்ராவை பூர்ஷ்வாக்களுக்கு எதிரான அரசியல் களப்பணியாளராக நாம் குறுக்கிவிட முடியாது, கூடாது. இக்கவிதை கம்யூனிஸ்ட் கவிஞர்களையும் நவநாகரிக கஃபே கவிஞர்களையும் ஐரோப்பியக் கவிதை ஃபேஷன்களைக் காப்பியடிக்கும் கவிஞர்களையும் ஒன்றேபோல நையாண்டி செய்வதைப் பார்க்கிறோம். போலவே நவீன கவிதை மொழியின் பாணியை இந்தக் கவிதை மாற்றிப் போடுவதையும் நாம் கவனிக்க வேண்டும். "சீமான்களே, சீமாட்டிகளே" என்று சொற்பொழிவைப் போல, நாடகீயமாகக் கவிதை தொடங்குகிறது; எதிரே நிற்பவர்களிடம் பேசியபடி அது நகர்கிறது. இக்கவிதையை மிக விரிவாக அலசும் கிராஸ்மேன் இக்கவிதையின் உள்மொழியாக இருக்கட்டும், பர்ராவின் இதர கவிதைகளாக இருக்கட்டும், பாட்டாளி வர்க்கச் சார்போ இடதுசாரிப் பார்வையோ கவிதையை மதிப்பிடுவதற்கான அளவுகோல் அல்ல என்ற பர்ராவின் பார்வையை அவை உறுதிப்படுத்துகின்றன என எழுதுகிறார்

(பார்க்க கிராஸ்மேன், *70-92*). தவிர, பர்ராவின் "ஸ்டாலின் வாழ்க" என்ற கவிதை கம்யூனிஸ்டுகளின் அரசியல் படுகொலைகள் குறித்த விமர்சனமுமாகும். மேற்கொண்டு இக்கட்டுரையில் இதை விரித்தெழுத இடமில்லை. எதிர்கவிதை புரட்சிகர அரசியல் உட்பட எந்த வகை அரசியலுடனும் மோதிரம் மாற்றிக்கொள்வ தில்லை என்பதை மட்டும் குறிப்பிட்டு நகர்கிறேன்.

இதை எழுதும் சமயத்தில் பல சமயம் எதிர்கவிதை என்பது தமிழ் இலக்கியச் சூழலில் தவறாகப் பொருள்கொள்ளப் படுவதையும் சுட்ட வேண்டியிருக்கிறது. எதிர்கவிதை என்பது எந்த அரசியல், சமூக நிறுவனங்களையும் நியதிகளையும் எதிர்க்கும் எதிர்ப்புக் கவிதை அல்ல; அல்லது அது ஒருவர் எழுதியதற்குப் பதிலாக, லாவணியாக எழுதுவது அல்ல. தவிர, எதிர்கவிதை என்பது கவிதைக்கு எதிரான பிறிதொரு வகைமையும் அல்ல. அது கவிதை என்ற வகைமையைப் புத்தாக்கம் செய்யும் கவிதைப் பாணி. அதைச் சுத்தம் செய்யும் கவிதைப் பாணி. பர்ரா கூறுவதைப் போல எதிர்கவிதை கவிதையை அதன் வேர்களுக்குத் திருப்ப முனைகிறது. "எதிர்கவிதைப் பாடங்கள் பற்றிய குறிப்பு" என்ற அவர் கவிதையின் முதல் வரி "எதிர்கவிதையில் கவிதையே தேடப்படுகிறது, சொல்வன்மை அல்ல" என்கிறது. அதாவது, இலக்கியக் கல்வியிலிருந்து இலக்கியப் பனுவல்களிலிருந்து நிகண்டுகளிலிருந்து பெற்றவற்றை வைத்துக்கொண்டு கவிதையை உருவாக்க முடியாது என்பதே அதன் பொருள். நல்ல கவிதை ஒன்றை உருவாக்குவதில் சொல்வன்மைக்கு இருக்கும் பங்கு மிகவும் சொற்பம்.

மக்கள் சமூகத்திடமிருந்து அந்நியமான கவிதையை ஒதுக்குவதைப் போலவே லிரிகல் கவிஞர்களின் ரொமாண்டிசிசத்தையும் கடுமையாக மறுத்தார் பர்ரா. லிரிகல் கவிஞர்கள் தொடர்ந்து சில தேய்வழக்குக் கருப்பொருட்களைத் தங்கள் கவிதைகளில் பேசுவதற்கான விமர்சனமாக பர்ராவின் "ஏழு" என்ற கவிதையை நாம் வாசிக்க முடியும். இம்மொழியாக்கத் தொகுப்பில் அக்கவிதை இடம்பெற்றிருக்கிறது. ஆனால், இங்கே கவனமாகப் புரிந்துகொள்ள வேண்டியது, லிரிகல் கவிதையை பர்ரா ஒட்டுமொத்தமாகப் புறம்தள்ளவில்லை என்பது. "பழிக்க வேண்டியது லிரிகல் கவிஞர்களைத்தான், லிரிகல் கவிதையை அல்ல" என்று விளையாட்டாகச் சொல்கிறார் அவர் (கிராஸ்மேன், *26*). மேலும், தனது "ரஷியக் கவிதைகள்" தொகுப்பில் உள்ள கவிதைகளை "சிம்பலிஸத்துக்குப் பிந்தைய எதிர்கவிதைத் தன்மையுடனான லிரிசிஸம்" என்றே அடையாளப்படுத்துகிறார் (கிராஸ்மேன், *26*).

அதே சமயத்தில் பர்ராவுடைய எதிர்கவிதைத் தன்மையைக் கொண்ட லிரிசிஸம் வழக்கமான வகையில் லிரிகல் கவிதைகளில் காணப்படும் பண்புகள் - உதாரணமாக, இழந்த ரொமாண்டிக் அன்புக்கான ஏக்கம், அத்தகைய அன்பில் திளைத்தல், ததும்பும் ஆற்றாமை, மாளா நினைவேக்கம் போன்றவை - அல்ல என்பதை அவசியமாகக் குறிப்பிட வேண்டும். பர்ராவின் லிரிகல் பண்புடன் கூடிய எதிர்கவிதைகளை எடுத்துக்கொண்டால் இந்தக் கவிதைகளின் பண்பு கசப்பும் விலக்கமும் கேலியும் சுயபகடியும் பிணைந்து கூடிய பண்பு. இந்த மொழியாக்கத் தொகுப்பில் இடம்பெற்றிருக்கும் "சடங்குகள்" என்ற கவிதை பர்ராவின் கசந்த லிரிகல் தன்மையுடனான எதிர்கவிதைக்கு ஓர் எடுத்துக்காட்டு. போலவே "கருவேலம்," "ஒருவன்" முதலிய கவிதைகளும் லிரிகல் கவிதையின் பண்புகளுடன் அமைந்த எதிர் கவிதைகள். இவ்வகைக் கவிதைகளைப் பொறுத்து பர்ராவுடன் சார்ல்ஸ் ப்யூகாவ்ஸ்கியையும் இணைத்துப் பார்க்க முடியுமென நினைக்கிறேன். ப்யூகாவ்ஸ்கியின் பற்பல கவிதைகளில் இத்தகைய லிரிகல் தன்மை அவரது கவிதைக் கையெழுத்தாகவே வெளிப்படுகிறது.

தொடக்கத்தில் முன்னோடி எழுத்தாளர்கள் சிலரின் தாக்கம் பர்ராவிடம் இருந்தது. அவரது முதல் கவிதைத் தொகுப்பு வெளிவந்த பிறகு அமெரிக்கக் கவிஞர் வால்ட் விட்மனின் கவிதைகள் அவரைப் பாதித்தன. விட்மனின் விவரித்துச் செல்லும் பாங்கு, நடுநடுவே சிறு கதையாடல்களை உள்ளடக்கிச் செல்லும் பாணி ஆகியவை தொடக்கத்தில் பர்ராவைக் கவர்ந்தன (கிராஸ்மேன், 10-11). ஆனால் பர்ராவிடம் அதிகப் பாதிப்பைச் செலுத்தியவர் காஃப்கா. பர்ராவின் கவிதை உலகின் பார்வைகள், தொனிகள், உத்திகள், உணர்ச்சிகள், இவை எல்லாவற்றிலுமே காஃப்காவை இனங்காண முடியும். குறிப்பாக, அன்றாட நெருக்கடிகள் ஒருவருக்குத் தருகிற ஹிஸ்டீரியா, மனப்புழுக்கம், அற்பத்தனம் போன்றவற்றை அவர் கவிதையில் கொண்டுவருகிற விதம் காஃப்காவை நினைவுகூரச் செய்வது. "காஃப்கா சூழ்நிலைகளை உருவாக்குபவர். என் கவிதைகளிலும் அதுவே முக்கியம்... அவரது ஆக்கங்களில் உள்ள இன்னொரு பண்பும் என்னுடையவற்றிலும் முக்கியமானது. அற்பத்தன்மைக்கும் கடந்துநிற்கும் தன்மைக்கும் இடையிலான ஊடாட்டம்" என்று பர்ரா கூறுவதைச் சுட்டிக்காட்டுகிறார் கிராஸ்மேன் (12). தவிர, முக்கியமாக ஸ்பானிய இலக்கிய மரபில் அதற்குமுன் காண முடியாத நகைச்சுவை இணைந்த, குறைபட்ட தன்னிலைகளை பர்ராவின் கவிதைகளில் பார்க்கிறோம். நாயகன் என்று அடையாளம் காட்ட முடியாத, குறைபட்ட தன்னிலை

அவரது கவிதைகளின் தனி அடையாளமாக வருகிறது. தீக்கனவைப் போல உருமாறிவிட்ட, விகாரம் அடைந்துவிட்ட உலகத்தை எழுதும்போது நாயகத் தன்மையற்ற அல்லது பங்கப்பட்ட தன்னிலைகள் கவிதையில் உருவாகின்றன. இத்தொகுப்பில் இடம்பெற்றிருக்கும் "கிழவனுக்கு உடற்பயிற்சி செய்வதால் கிடைக்கும் லாபம் என்ன?" "அங்கே இருந்திருக் கிறேன் அதைச் செய்திருக்கிறேன்" போன்ற கவிதைகளைச் சான்றாகச் சொல்லலாம்.

மேற்பத்தியில் சுட்டியிருக்கும் கவிதைகளிலும் சரி பிற கவிதைகளிலும் சரி உரைநடைச் சொல்லாடலை கவிதைக்கு பர்ரா பயன்படுத்தும் பாங்கு கவனிக்கத்தக்கது. முரண்நகை, நகைச்சுவை போன்ற எதிர்கவிதையின் உள்கட்டமைப்புக் கூறுகளை இத்தகைய உரைநடைச் சொல்லாடல் அழகாகக் கொண்டுவருகிறது. பேசுபொருளோடு உணர்ச்சிபூர்வமாக ஒன்றாத மொழி என்பது எதிர்கவிதை மொழியின் அசலான குணாம்சம். தீவிர சிந்தனைக்கோ யோசனைக்கோ தொடர்பில்லாதது போன்ற பேச்சுவழக்கு மொழி, வாசகருடன் தொடர்புறுத்தலில் நகைச்சுவையின் பங்கு, பர்ராவின் எழுத்தில் இவற்றைத் தவறாமல் காண்கிறோம். கவிதையில் நகைச்சுவையின் அபரிமிதமான இடம் பற்றி பர்ராவின் கருத்தும் இவ்விடத்தில் எடுத்துக்காட்டத் தக்கது: "ஒரு கவிஞர் தொடர்புறுத்தலில் நிபுணராக இருக்க வேண்டும். நகைச்சுவை வாசகருடனான பரிச்சயத்தை எளிதாக்குகிறது. நகைச்சுவை உணர்வை நீ இழக்கும்போது உன் துப்பாக்கியைத் தேடுகிறாய் என்பதை நினைவுவைத்துக்கொள்" (பார்க்க கிராஸ்மேன், 95-96).

ஆனால் எதிர்கவிதையின் இயல்மொழி ஒரு முகமூடி மட்டுமே. எதிர்கவிதை என்பதையே பர்ரா "'நான்' என்பது அற்ற முகமூடிகளின் தொகுப்பு" என வரையறுக்கிறார் (கிராஸ்மேன், 76). அதே சமயத்தில் எதிர்கவிதை தனது கலை விசாரணையில் தர்க்கமின்மை, அபத்தம், சித்தாந்த விபத்துகள், உலகளாவிய அரசியல் அபாயங்கள் என்றிருக்கும் யதார்த்தத்தைத் தீவிரமாக அணுகக்கூடியது. பர்ராவுடைய இரண்டு, மூன்று வரி குறுங்கவிதைகளில் (*artefacto*) கூட மொழி ஒரு முகமூடியாகச் செயல்படுவதை அவதானிக்க முடிகிறது. உதாரணமாக, பர்ராவின் இக்கவிதை:

இராக்கில் போர்

என் வாய் பிளந்தபடி இருக்கிறது
திரும்பவும் என்னால் மூட முடியுமா என்பது சந்தேகம்தான்

அமெரிக்கா-இராக் போர் பற்றியது இக்கவிதை என அதன் தலைப்பே கூறுகிறது. ஆனால் வழக்கமான 'போர்' கவிதைகளைப் போல் இந்தக் கவிதை போர் எதிர்ப்பைப் பிரகடனம் செய்வதில்லை. போர் சார்ந்த வழக்கமான படிமங்கள், உருவகங்கள் - உதாரணமாக, பிணக்குவியல், நிணம், குருதி, துப்பாக்கி, குண்டுகள் - எதுவும் இதில் இல்லை. மேலோட்டமாகப் பார்க்கும்போது நகைச்சுவை அல்லது எள்ளல் தொனி இருக்கிறது (மூட முடியாதபடிக்கு வாய் பிளந்திருக்கும் மனிதன்). உணர்ச்சியின் தீவிரத்தை நகைச்சுவையை முன்வைத்து மறுப்பது, அல்லது வாசகர்களிடத்தில் தள்ளிவிடுவது எதிர்கவிதையின் இன்றியமையாத குணாம்சம். நகைச்சுவை தொனி இதற்கு உதவுகிறது, ஆனால் அதே நேரத்தில் தொனி மட்டுமே அல்ல கவிதை. இந்தக் கவிதையில் கவிதைசொல்லிக்குத் திறந்த வாய் திறந்தபடியே. வியப்பைத் தரும் காட்சியாகப் போர் இங்கே சுட்டப்படுகிறது. மூடமுடியுமா என்பது சந்தேகம்தான் என்ற கவிதையின் அடுத்த வரியில், இனி எப்போதும் போர் எனப்படுவது பார்வைக்கான காட்சியாகத் தொடரக்கூடிய தன்மையும் சுட்டப்படுகிறது. போரைக் கண்டு வாய் பிளந்தபடியிருக்கிறது என்பதன் மூலம் இன்றைய யதார்த்தத்தில் நுகர்வுக் காட்சியாகப் போர் மாறிவிட்டிருக்கும் அவலம் சுட்டப்படுகிறது. இன்றைய காலகட்டத்தில் நாம் போர்க் காட்சிகளை ஊடகத்தில் கண்டு களிப்பவர்களாக மாறியிருக்கிறோம். வன்முறையை, அராஜகத்தைக் காட்சியாக வேண்டுமெனக் கோருகிறோம். வாயைப் பிளந்தபடியே வைத்திருப்பதன்றி வேறென்ன நம்மால் செய்ய முடியப்போகிறது? இந்த இருவரிக் கவிதை போரைப் பற்றியதாக மட்டுமன்றி, பார்வையாளர்களாகிய நம்மைப் பற்றிய விமர்சனமாகவும் இருக்கிறது. புதுமையான வெளிப்பாட்டுடன், தொனியுடன் இருப்பதாலேயே இந்த வரிகள் எதிர்கவிதையாக வெற்றிபெறுகின்றன.

நவீனத்துவச் சொல்லாடல்கள் முன்னிறுத்திய கவிஞரின் தனித்தன்மை என்பதில் நம்பிக்கையில்லாதவர் பர்ரா. ஆசிரிய சுய முக்கியத்துவத்தைப் பெரிதாகக் கருதாதவர். "நான் எதையும் படைக்கவில்லை. காற்றில் போனவற்றைச் சும்மா பிடித்திழுத்தது தான்" என்று அவர் கூறியதை லெய்லா கெரியரோ (2011) பதிவாக்கி யிருக்கிறார். போலவே, தன் எழுத்தைத் தானே தலையில் சுமந்துகொண்டு வாசகருக்குப் பதில்சொல்லக் கடமைப்பட்டவராக ஆசிரியரை அவர் கருதவில்லை. "வாசகருக்கான எச்சரிக்கை" என்ற அவரது கவிதையின் வரிகள் இப்பார்வையை விளையாட்டாகத் தருகின்றன:

தன்னுடைய எழுத்து உருவாக்கக்கூடிய
எந்தச் சிக்கல்களுக்கும் ஆசிரியர் பதிலளிக்க மாட்டார்
வாசகருக்கு இதை ஏற்கச் சிரமமாக இருக்கலாம்
ஆனால் அவர் இதை இங்கிருந்து
ஏற்றுக்கொண்டாக வேண்டும்

கவிதை பற்றிய பர்ராவின் வரையறை மிகப் பரந்தது, ஜனநாயகத் தன்மை கொண்டது: “சொற்களில் வாழ்வு என்பதே கவிதை. சாத்தியப்படுகிற எல்லாவகைக் கவிதை வடிவங்களையும் உள்ளடக்கிய கவிதை பற்றிய ஒரே வரையறை இதுதான் எனத் தோன்றுகிறது.” அவருக்கு சீலேயின் தேசிய விருது கிடைத்த சமயத்தில் உருகுவே எழுத்தாளரான மரியோ பெனடெட்டியிடனான உரையாடலில் (1969) அவர் கூறியது இது. கவிதைக்கு இந்த வரையறையை ஏற்கும்போதுதான் அதற்குள் பல விஷயங்களையும் கொண்டுவர இயலும் என்கிறார் பர்ரா: “ஆள்மாறாட்டக் குரல்கள் மாத்திரமின்றி இயற்கையான குரல்கள், உன்னத உணர்ச்சிகள் மாத்திரமின்றி மற்ற உணர்ச்சிகள், அழுகை மாத்திரமில்லாமல் சிரிப்பு, அழகு மாத்திரமில்லாமல் அவலட்சணம்.” தமிழ் நவீன எழுத்துச் சூழலை முன்வைத்து யோசிக்கும்போது கவிதைக்கான இத்தகைய பரந்த வரையறையிடம் தன்னை ஒப்புக்கொடுக்கும் கவிஞர்கள் நம் மத்தியில் அரிது அல்லது இல்லை என்றுதான் சொல்லத் தோன்றுகிறது.

உதவிய நூல்கள் / கட்டுரைகள்

Grossman, Edith. *The Antipoetry of Nicanor Parra.* New York: New York University Press, 1975.

Guerriero, Leila. “El aire del poeta.” *El País,* 3 Dec. 2011, Babelia sec., https://elpais.com/diario/2011/12/03/babelia/1322874735_850215.html.

Pearson, Paul. “Thomas Merton and the Sneeze of the Buddha.” *The Merton Seasonal: A Quarterly Review,* vol. 33, no. 1, Spring 2008, pp. 3-11. http://thomasmertonsociety.org/Epubs/sneeze.htm. Accessed 11 Jul. 2023.

Pérez Flórez, Juan Carlos. “Nicanor Parra: El Antipoeta Cara a Cara con Mario Benedetti.” *El Nuevo Siglo,* 14 Sept. 2017. https://www.elnuevosiglo.com.co/articulos/09-2017-nicanor-parra-el-antipoeta-cara-a-cara-con-mario-benedetti.